AF518891

ചുടുമണൽ

chudumanal
tamil novel

•

subrabharathymaniyan

•

translation
shaji cherumavilayi

•

first edition
march 2012

•

typesetting
megha

•

published
chintha publishers, thiruvananthapuram

•

printed
anaswara offset pvt ltd

•

cover
ambeesh

വിതരണം

ദേശാഭിമാനി ബുക്ക് ഹൗസ്

H O തിരുവനന്തപുരം–695 035
www.chinthapublishers.com
chinthapublishers@gmail.com

ബ്രാഞ്ചുകൾ

ഹെഡ്ഡാഫീസ് കുന്നുകുഴി • ഓവർബ്രിഡ്ജ് തിരുവനന്തപുരം • കെ എസ് ആർ ടി സി ബസ് സ്റ്റേഷൻ ആലപ്പുഴ • കെ എസ് ആർ ടി സി ബസ് സ്റ്റേഷൻ എറണാകുളം • മച്ചിങ്ങൽ ലെയ്ൻ തൃശൂർ • ഐ ജി റോഡ് കോഴിക്കോട് • കെ എസ് ആർ ടി സി ബസ് സ്റ്റേഷൻ കോഴിക്കോട് • എൻ ജി ഒ യൂണിയൻ ബിൽഡിങ് കണ്ണൂർ • സെൻട്രൽ ബസ് ടെർമിനൽ കോംപ്ലക്സ് താവക്കര കണ്ണൂർ

CO - 1708 / 2861

ചുടുമണൽ

തമിഴ് നോവൽ

സുബ്രഭാരതി മണിയൻ

പരിഭാഷ:
ഷാഫി ചെറുമാവിലായി

ചിന്ത പബ്ലിഷേഴ്സ്
തിരുവനന്തപുരം-695 035
വില : ₹ 60

സുബ്രഭാരതി മണിയൻ

പ്രസിദ്ധ തമിഴ് സാഹിത്യകാരൻ. ഏഴു നോവലുകളും 25 ചെറുകഥാ സമാഹാരങ്ങളും ഒരു യാത്രാവിവരണവുമുൾപ്പെടെ 27 കൃതികൾ പുറത്തിറക്കിയിട്ടുണ്ട്. ഇംഗ്ലീഷ്, ഹംഗേറിയൻ ഭാഷകളിലേക്കും വിവിധ ഇന്ത്യൻ ഭാഷകളിലേക്കും ചെറുകഥകൾ വിവർത്തനം ചെയ്യപ്പെട്ടിട്ടുണ്ട്. 1986 മുതൽ തമിഴ് പ്രസിദ്ധീകരണമായ *കനവി*ന്റെ എഡിറ്റർ. മികച്ച കഥാകൃത്തിനുള്ള പ്രസിഡന്റിന്റെ 'കഥാ' അവാർഡ് (1993), മികച്ച നോവലിസ്റ്റിനുള്ള കോയമ്പത്തൂർ കസ്തൂരിശ്രീനിവാസൻ അവാർഡ് (2002–03), മികച്ച നോവലിസ്റ്റിനുള്ള തമിഴ്നാട് സർക്കാരിന്റെ അവാർഡ് എന്നിവയുൾപ്പെടെ സംസ്ഥാന–ദേശീയതലങ്ങളിൽ നിരവധി പുരസ്കാരങ്ങൾ. തമിഴ്നാട് സാഹിത്യ അക്കാദമിയുടെ ഉപദേശകസമിതി അംഗം. മികച്ച നോവലിനുള്ള സംസ്ഥാന സർക്കാരിന്റെ അവാർഡിനർഹമായ *സായത്തിരൈ* ഹിന്ദിയിലേക്കും *The Coloured Curtain* എന്ന പേരിൽ ഇംഗ്ലീഷിലേക്കും വിവർത്തനം ചെയ്യപ്പെട്ടിട്ടുണ്ട്.

വിലാസം : 8/2635, പാണ്ഡിയൻ നഗർ,
തിരുപ്പൂർ–641602, തമിഴ്നാട്

ഷാഫി ചെറുമാവിലായി

1960 ൽ കണ്ണൂർ ജില്ലയിലെ ചെറുമാവിലായി എന്ന സ്ഥലത്ത് ജനനം. 10–ാം ക്ലാസ് വിദ്യാഭ്യാസം. ഇരുപതു വർഷത്തോളമായി വിവർത്തനരംഗത്ത് സജീവം. സാകന്തസ്വാമിയുടെ *വിചാരണകമ്മിഷൻ* എന്ന തമിഴ് നോവൽ കേന്ദ്ര സാഹിത്യ അക്കാദമിക്കുവേണ്ടി വിവർത്തനം ചെയ്തു. നൂറ്റമ്പതിലേറെ കഥകൾ മലയാളത്തിലേക്ക് വിവർത്തനം ചെയ്തിട്ടുണ്ട്. തോപ്പിൽ മുഹമ്മദ് വീരാന്റെ *അനന്തശയനം കോളനി* എന്ന ചെറുകഥാ സമാഹാരത്തിന്റെ വിവർത്തനത്തിന് 2010 ലെ നല്ല പരിഭാഷയ്ക്കുള്ള 'നല്ലി–ദിശൈ എടും' സാഹിത്യ അവാർഡ് ലഭിച്ചു. കണ്ണൂർ ജില്ലയിലെ മുഴപ്പിലങ്ങാട് എന്ന സ്ഥലത്ത് താമസിക്കുന്നു.

വിലാസം : ആയിഷാ മൻസിൽ
കണ്ണൻവയൽ
മുഴപ്പിലങ്ങാട് പി ഒ
കണ്ണൂർ – 670662
ഫോൺ : 9747447327

നോവലിസ്റ്റിനെക്കുറിച്ച്

സുബ്രഭാരതി മണിയൻ തമിഴിൽ പരക്കെ അറിയപ്പെടുന്ന ഒരു എഴുത്തുകാരനാണ്. കഴിഞ്ഞ 25 കൊല്ലമായി മുടക്കം കൂടാതെ *കനവ്* എന്നൊരു സാഹിത്യമാസികകൂടി നടത്തിവരുന്നുണ്ട്. തമിഴ് സാഹിത്യ രംഗത്തിൽ സജീവസാന്നിധ്യമായ ഇദ്ദേഹം, 7 നോവലുകൾ 15 ചെറുകഥാസമാഹാരങ്ങൾ ഉൾപ്പെടെ 35 കൃതികളുടെ കർത്താവാണ്. ഇദ്ദേഹത്തിന്റെ സാഹിത്യപ്രവർത്തനം നോവലിലും ചെറുകഥകളിലും മാത്രം ഒതുങ്ങുന്നില്ല. കവിതയിലും വിമർശനരംഗത്തും വ്യക്തിമുദ്രപതിച്ച എഴുത്തുകാരനാണ്.

ഈ നോവലിസ്റ്റിന്റെ *ചായത്തിര* എന്ന നോവൽ *ചായം പുരണ്ട തിര* എന്ന പേരിൽ മലയാളത്തിൽ വിവർത്തനം ചെയ്യപ്പെട്ടിട്ടുണ്ട്. അതിന്റെ ഇംഗ്ലീഷ്, ഹിന്ദി, കന്നട പരിഭാഷകളും വന്നിട്ടുണ്ട്. *തേനീർ ഇടൈവേളൈ (ചായ ഇടവേള), പിണങ്കളിൻ മുഖങ്ങൾ (പ്രേതങ്ങളുടെ മുഖങ്ങൾ)* ഈ രണ്ട് നോവലുകളുമടക്കം ഇംഗ്ലീഷ് പരിഭാഷയും പുറത്തിറങ്ങിയിട്ടുണ്ട്. ഇദ്ദേഹം രചിച്ച *ചുടുമണൽ* എന്ന നോവൽ ഷാഫി ചെറുമാവിലായി മലയാളത്തിൽ പരിഭാഷപ്പെടുത്തി പ്രസിദ്ധീകരിക്കുന്നുണ്ട്. ഇത് മലയാള നോവൽ സാഹിത്യത്തിൽ ഒരു മുതൽകൂട്ടുതന്നെയാണ്.

സുബ്രഭാരതി മണിയന്റെ ജന്മനാട് ബനിയൻ തൊഴിൽശാലകൾ നിറഞ്ഞ തിരുപ്പൂരാണെങ്കിലും ആദ്യത്തെ രണ്ടു നോവലുകൾ ഹൈദ്രാബാദിന്റെ പശ്ചാത്തലത്തിൽ രചിക്കപ്പെട്ടവയാണ്. തുടക്കത്തിൽ ഉദ്യോഗം നോക്കിയത് അവിടമായതുകൊണ്ടാണ് ആ പശ്ചാത്തലം സ്വീകരിച്ച് എഴുതിയത്. പിന്നീട് വന്ന രചനകളെല്ലാം തൊഴിൽ നഗരമായ തിരുപ്പൂരിന്റെ പശ്ചാത്തലത്തിൽ എഴുതപ്പെട്ടവയാണ്.

സുബ്രഭാരതി മണിയന്റെ മറ്റു സൃഷ്ടികളെ സംബന്ധിച്ചിടത്തോളം അൽപ്പം വലുപ്പമുള്ളതും വ്യത്യസ്തമായ ഒരു പശ്ചാത്തലത്തിൽ രചിക്കപ്പെട്ടതുമായ *ഓടാം നദി* വിമർശകരുടെ പ്രശംസയ്ക്കു പാത്രീഭൂതമായ നല്ല നിലവാരം പുലർത്തുന്ന നോവലാണ്. മാനുഷികമൂല്യങ്ങൾക്ക് മുൻതൂക്കം നൽകിയിട്ടുള്ള ശ്ലാഘനീയമായ സൃഷ്ടിയാണിത്, എന്നെ ഏറെ ആകർഷിച്ചതുമാണ്.

ഇദ്ദേഹത്തിന്റെ രചനകളെല്ലാം ജീവിതത്തിൽ കാണപ്പെടുന്ന വൈരുധ്യങ്ങളെയും തകർച്ചകളെയും നൈരാശ്യങ്ങളെയും അതിജീവിക്കേണ്ട ആവശ്യകതയെ പ്രതിപാദിക്കുന്നവയും അതിനു ഉത്തേജനം നൽകുന്നവയുമാണ്. ആഗോളവൽക്കരണത്തിന്റെ കരാളഹസ്തത്തിൽ ഞെരിയുന്ന വ്യവസായനഗരങ്ങളെയും അവിടെ നരകിക്കുന്ന ജനങ്ങളെയും അവരുടെ ജീവിത കഷ്ടപ്പാടുകളെയും യഥാർഥമായി ചിത്രീകരിക്കുന്നവയാണ് ഇദ്ദേഹത്തിന്റെ രചനകൾ. ചൂഷണങ്ങൾക്ക് വിധേയമാകുന്ന ഫാക്ടറിത്തൊഴിലാളികളെ അടിമകളാക്കുന്നതിനും ഉപഭോക്താക്കളാക്കുന്നതിനും എതിരായ പടപൊരുതലാണ് ഇദ്ദേഹത്തിന്റെ രചനകൾ. ഉപഭോക്തൃസംസ്കാരം അടിച്ചേൽപ്പിക്കുന്ന വൻ കുത്തകമുതലാളിത്തത്തിന്റെ പിടിയിൽനിന്നും സാധാരണ ജനങ്ങൾക്കു വിമോചനം കിട്ടേണ്ട ആവശ്യകതയ്ക്കുവേണ്ടി ശബ്ദം ഉയർത്തുകയും, സാമൂഹിക പരിഷ്കരണ പ്രസ്ഥാനങ്ങളിൽ സജീവമായി പ്രവർത്തിച്ച് ജനങ്ങളെ അടിമത്തത്തിനെതിരെ ഉൽബുദ്ധരാക്കുന്ന ഒരു ആക്ടിവിസ്റ്റാണ് ഈ എഴുത്തുകാരൻ.

മനുഷ്യരുടെ ജീവിത നിലനിൽപ്പിന്റെ അവശ്യഘടകമായ ജലത്തെ വൻകിട കുത്തക കമ്പനികൾക്ക് ചൂഷണംചെയ്യാൻ കൂട്ടുനിൽക്കുന്ന രാഷ്ട്രീയകക്ഷികളുടെയും ഭരണകൂടത്തിന്റെയും ജനവിരോധപരമായ നീക്കങ്ങളെ പ്രതിരോധിക്കുന്ന പൊതുജനതയുടെ ചെറുത്തുനിൽപ്പിനെയും പ്രതിരോധങ്ങളെയും തുറന്നുകാട്ടുന്ന നോവലാണ് *ചുടുമണൽ.* തമിഴിൽ ഒന്നിലധികം പതിപ്പുകൾ വന്ന് വിറ്റുപോയതാണ്. ഇതിനെ തമിഴിൽനിന്ന് വിവർത്തനം ചെയ്തിരിക്കുന്ന ഷാഫി ചെറുമാവിലായി മലയാളത്തിലേക്ക് പലതും വിവർത്തനം ചെയ്തിട്ടുണ്ട്. മൂലകൃതികളുടെ സൗന്ദര്യവും ആശയവും ചോർന്നുപോകാതെതന്നെ വിവർത്തനം നിർവഹിക്കുന്ന നല്ലൊരു വിവർത്തകനായി അറിയപ്പെടുന്ന ആളാണ് ഷാഫി. എന്റെ തമിഴ് ചെറുകഥകളുടെ മലയാള പരിഭാഷയായ *അനന്തശയനം കോളനി*ക്ക് 2010ലെ മികച്ച കഥാഗ്രന്ഥത്തിനുള്ള പുരസ്കാരം ലഭിച്ചിട്ടുണ്ട്. പുരസ്കാരം ഇദ്ദേഹത്തിനായിരുന്നു. ഇദ്ദേഹത്തിന്റെ പരിഭാഷയിലൂടെ വരുന്ന ഈ നോവൽ മലയാള വായനക്കാർ സന്തോഷപൂർവം സ്വീകരിക്കുമെന്ന് വിശ്വസിക്കുന്നു. തമിഴ് നോവൽ സാഹിത്യത്തിന് ഇതൊരു അഭിമാനമായിരിക്കും.

തോപ്പിൽ മുഹമ്മദ്‌വീരാൻ

സ്വത്വം നഷ്ടപ്പെടുന്ന സമൂഹം

ഹരി വിജയലക്ഷ്മി

"Things fall apart the centre cannot hold" - എന്ന ഡബ്ല്യു ബി യീറ്റ്സിന്റെ വരികൾ കരുവാക്കിക്കൊണ്ടു ചിനുവാ അച്ബെ (Chinua Achbe) എന്ന ആഫ്രിക്കൻ നോവലിസ്റ്റ് *Things fall apart* എന്ന നോവൽ എഴുതി. ആംഗലേയ കോളനി ആധിപത്യംമൂലം ആഫ്രിക്കൻ ജനതയുടെ സ്വത്വം നഷ്ടപ്പെട്ടതിനെ ഈ നോവൽ ജീവസുറ്റതാക്കി വരച്ചുകാട്ടുന്നു. ഇന്ന് ലോകം Global Village ആയി രൂപാന്തരപ്പെടുന്ന ഇലക്ട്രോൺ വിജ്ഞാനങ്ങൾ നേടിക്കഴിഞ്ഞിരിക്കുന്നു. കമ്പ്യൂട്ടറുകൾ മനുഷ്യരെ ബന്ധിപ്പിക്കുന്നു. മനസുകളെ ബന്ധിപ്പിക്കാൻ കഴിയുമോ എന്ന അന്വേഷണത്തിലാണ് ഇപ്പോൾ. ജാതി, മതം, ഭാഷ, നാട്, സംസ്ഥാനം എന്നിവ പല കാരണങ്ങളാൽ മനുഷ്യരെ ഭിന്നിപ്പിച്ചുകൊണ്ടിരിക്കുകയാണ്.

ജനങ്ങളുടെ ആവശ്യങ്ങളും ജീവിതത്തെക്കുറിച്ചുള്ള മാറിവരുന്ന മൂല്യനിർണയങ്ങളും അവരെ സ്വന്തം നാട്ടിൽ ജീവിക്കാൻ അനുവദിക്കുന്നില്ല. മാത്രമല്ല, വിദ്യാഭ്യാസത്തിനും ജോലിക്കുംവേണ്ടി മറ്റിടങ്ങളിൽ കുടിയേറേണ്ട അവസ്ഥ വരുന്നു. സുരക്ഷിതത്വമുള്ള ജീവിതത്തിന് ഉറപ്പുള്ള ചുറ്റുപാടുകൾ ഉണ്ടാക്കുംവരെ എല്ലാം നാടുതന്നെയാണ്. എല്ലാവരും സ്വന്തക്കാരും. സുരക്ഷിതത്വബോധം നഷ്ടപ്പെടുമ്പോൾ മതം, ജാതി, ഭാഷ, അതിർത്തിബോധങ്ങൾ ഉടലെടുത്ത് മനുഷ്യർ വികാരം കൊള്ളുന്നു. സ്വാർഥനാകുന്നു. ഇന്ന് ഓരോ സംസ്ഥാനങ്ങളും വെവ്വേറെ ഭാഷക്കാരെക്കൊണ്ടു നിറഞ്ഞവയാണ്. ഒരു നദി ഒന്നിലധികം സംസ്ഥാനങ്ങൾക്കു സ്വന്തം. പല ഭാഷകളും പല നദികളും ഒഴുകുന്ന ഇന്ത്യാ രാജ്യത്ത് നദീജല പ്രശ്നങ്ങളും ഭാഷാപ്രശ്നങ്ങളും തലപൊക്കിക്കൊണ്ടിരിക്കുന്നു.

1992ൽ കാവേരി കരകവിഞ്ഞില്ല. അതിന്റെ ഫലമായി നദീജലം പങ്കിടുന്ന പ്രശ്നം വലുതായി; ജനങ്ങളുടെ ജീവിതം താറുമാറായി. ഇത്തരമൊരു പ്രശ്നത്തിന്റെ പശ്ചാത്തലത്തിൽ തൊഴിൽരഹിതനായ യുവാവിന്റെ ഉൾപോരാട്ടങ്ങളെയാണ് *ചുടുമണൽ* എന്ന നോവൽ മുന്നോട്ടുവയ്ക്കുന്നത്. ജോലിക്കുവേണ്ടി ബിരുദങ്ങളോടെ മറ്റൊരിടത്തിലേക്കു പോകുന്ന പലർക്കും ഏർപ്പെടുന്ന Identity crises ഈ നോവലിന്റെ ഉള്ളടക്കമാണ്.

ജോലിയില്ലായ്മ, നദീജലം പങ്കിടുന്ന പ്രശ്നം, കുടിയേറ്റ ജീവിതത്തിലെ Identity crises തുടങ്ങിയ മൂന്നു തലങ്ങളിലൂടെയാണ് നോവൽ മുന്നോട്ടുപോകുന്നത്. തൊഴിലില്ലായ്മ എന്ന സാമൂഹിക പ്രശ്നം മഹേന്ദ്രൻ എന്ന ചെറുപ്പക്കാരന്റെ കാഴ്ചയിൽ വളരെ ശക്തമായി പ്രകടിപ്പിച്ചിരിക്കുന്നു. തൊഴിലില്ലാത്ത ഭീകരാവസ്ഥയിൽ പലതരം മനോവിഷമങ്ങൾക്ക് അടിമപ്പെടുന്ന ഈ ചെറുപ്പക്കാരൻ തന്നെത്താൻ ഉൾവലിയുന്നു. അടുക്കളജോലി തന്നിൽ അടിച്ചേൽപ്പിക്കുന്നതിൽ മഹേന്ദ്രൻ അമ്മയോട് വേദനപ്പെടുന്നു. തനിക്കു ചുറ്റുമുള്ള ശബ്ദങ്ങളെ അവൻ വെറുക്കുന്നു. അടുത്തവീട്ടിലെ അടുക്കളജനലിൽ പെൺമുഖം കാണുന്ന ദിവസം തനിക്കു ജോലിക്കുള്ള നിയമന ഉത്തരവു വരുമെന്നവൻ അന്ധമായി വിശ്വസിക്കുന്നു. നഗരത്തിൽ ചുറ്റിക്കറങ്ങാൻ വരുമ്പോൾ മറ്റുള്ളവരുടെ ശ്രദ്ധയാകർഷിക്കാനായി എന്തെങ്കിലുമൊക്കെ ചെയ്യണമെന്നവൻ ചിന്തിക്കുന്നു. തൊഴിലില്ലാത്ത തന്റെ അവസ്ഥയിൽ കാമുകിയുടെ പ്രേമവും ഉറപ്പില്ലാത്തതാണെന്നവൻ അറിയുന്നു. മുകളിൽപ്പറഞ്ഞ ചുറ്റുപാടുകളിൽ, തൊഴിലില്ലാതെ നമുക്കുചുറ്റും കാണുന്ന ചെറുപ്പക്കാരുടെ പ്രതിനിധിയായി മഹേന്ദ്രൻ വരുന്നു. എന്നും ഓർമകളിൽ തിരുപ്പൂരിനെ ചുമന്നു നടക്കുന്ന നോവലിസ്റ്റ് തിരുപ്പൂർ ബനിയൻ കമ്പനിയിൽ മഹേന്ദ്രന് ഒരു വഴിതിരിയാനുള്ള ഏർപ്പാട് സൃഷ്ടിക്കുന്നു.

ഇന്ത്യ അനേകം നദികൾ ഒഴുകുന്ന സുന്ദരമായ രാജ്യമാണ്. വേനൽ നീളുന്ന കാലങ്ങളിൽ നദികൾ വറ്റിവരളും. നദീജലം പങ്കിടുന്നതിനെക്കുറിച്ചുള്ള മനിതാഭിമാനപ്രശ്നങ്ങളും രാഷ്ട്രീയ കരാറുകളും ഈ കാലഘട്ടങ്ങളിലാണ് മുളപൊട്ടുക. ജലം വിട്ടുകൊടുക്കണമെന്ന കോടതിയുടെ വിധിവന്ന ദിവസമാണ് കലാപം വിശ്വരൂപമെടുക്കുന്നത്. തുടർന്ന് നഗരം കോലാഹലമയമാകുന്നു. സംസ്ഥാനങ്ങൾക്കിടയിലുള്ള നദീജലം പങ്കിടുന്ന പ്രശ്നംമൂലം ഉണ്ടാകുന്ന മനവേർപാടുകളെ ഈ നോവൽ ചൂണ്ടിക്കാട്ടുന്നു.

"വെള്ളത്തിന്റെ പ്രശ്നം വന്നതിനുശേഷം നമ്മളെ ആരോ വേർതിരിച്ചു കാണിക്കാൻ ആരംഭിച്ചിരിക്കുന്നു. പുറമെപോലും തമിഴ് സംസാരിക്കുന്നത് നിർത്ത്..... ലോക്കൽ ലാംഗ്വേജിൽ സംസാരിക്കുന്നതാണ് നല്ലത്" എന്ന ചുറ്റുപാട് എത്ര ഭീകരമാണ്. സംസ്ഥാനങ്ങൾക്കുമദ്ധ്യേ അദൃശ്യമായി ഉയർന്നുവരുന്ന വൻമതിലുകളുടെ ആക്രമണം പല ഘട്ടങ്ങളിലും വെളിപ്പെടുന്നു.

ലോകത്തിന്റെ ഏതു മൂലയിലിരുന്നാലും ജന്മനാടിനെക്കുറിച്ചുള്ള ഓർമകൾ എപ്പോഴും നെഞ്ചിൽ മണം പരത്തിക്കൊണ്ടിരിക്കും. മഹേന്ദ്രന്റെ പിതാവ് വെങ്കട്ടയ്യ തന്റെ സ്വന്തം മണ്ണായ തിരുപ്പൂരിലേക്ക് തിരിച്ചുപോകാൻ തീരുമാനിക്കുന്നു. തങ്ങളുടെ വേരുകൾ അന്വേഷിച്ച്, അതിന്റെ സന്തോഷസുഖത്തിൽ വിശ്രമിക്കാൻ ആഗ്രഹിച്ചുവരുന്നവരെ നാടിന്റെ അതിർത്തി പുതിയ വിശേഷണങ്ങളോടെ വരവേൽക്കുന്നു. അഭയാർഥി എന്ന വിശേഷണം. അഭയാർഥികൾകൂടി രണ്ടു വിഭാഗം. ജന്മനാടുവിട്ട് അടുത്ത നാട്ടിലേക്കു പോകുന്ന അഭയാർഥികൾ. അവിടെ നിന്നും തിരിച്ചുവരുന്ന അഭയാർഥികൾ. ഇതിൽ നീ ഏത് അഭയാർഥിയാണ്? എന്ന ചോദ്യത്തിനുമുന്നിൽ പകച്ചുനിൽക്കുന്ന വെങ്കട്ടയ്യ, മുകളിൽനിന്നും എറിഞ്ഞ പെട്ടിതുറന്ന് സാധനങ്ങൾ ചിതറിവീഴുന്നതുപോലെ താനും വീണുകൊണ്ടിരിക്കുകയാണെന്ന് അറിയുന്നതോടെ നോവൽ അവസാനിക്കുന്നു.

ചുടുമണൽ എന്ന നോവലിൽ സുബ്രഭാരതിമണിയൻ കാവേരി നദീജല പ്രശ്നമാണ് വരച്ചുകാട്ടുന്നതെന്ന് വ്യക്തമാക്കാതെയാണ് ആ പ്രശ്നം കൈകാര്യം ചെയ്യുന്നത്.

വെള്ളം വറ്റിപ്പോകുമ്പോൾ നദി മാത്രമാണോ വരണ്ടുപോകുന്നത്? മനുഷ്യമനസും കൂടിയല്ലേ. ജീവിതം വരണ്ടുപോകുമ്പോൾ, സ്നേഹം വറ്റിപ്പോകുമ്പോൾ ജീവിതവും മരുഭൂമിയിലെ യാത്രയാകുന്നു. പ്രകൃതിയെ നശിപ്പിച്ച് മനുഷ്യൻ നേടിയ മുന്നേറ്റത്തിന്റെ പ്രതിഫലമാണിത്. മനുഷ്യകുലത്തിനേറ്റ ശാപമാണിത്. കാരണം തൊഴിലില്ലായ്മ ആയിരിക്കാം. അന്യമണ്ണിൽ അന്യനായി ജീവിക്കുന്ന ജീവിതമായിരിക്കാം. എന്നാൽ ആസ്വദിക്കാനായി മനുഷ്യൻ എന്തെങ്കിലും കരുതിവയ്ക്കണം. ഈ യാഥാർഥ്യങ്ങളെയാണ് സുബ്രഭാരതിമണിയൻ *ചുടുമണൽ* എന്ന നോവലിലൂടെ നമുക്ക് വരച്ചുകാട്ടിത്തരുന്നത്!

ഒന്ന്

ഗ്യാസ് സ്റ്റൗ പൊട്ടിത്തെറിച്ച് മരിക്കുന്നത് സ്ത്രീകൾ മാത്രമാണല്ലോ. തൊഴിൽരഹിതരായ ചെറുപ്പക്കാരുടെ ആത്മഹത്യക്ക് ഇതൊരു ഉപായമാകുന്നില്ലല്ലോ എന്ന് മഹേന്ദ്രന് തോന്നി. അവൻ തീപ്പെട്ടി ഉരച്ചു. ഇളം ചുവപ്പു തീനാളങ്ങൾ എരിഞ്ഞു തുടങ്ങി.

ഈ ഇളംചുവപ്പു തീനാളങ്ങൾക്കകത്ത് അകപ്പെട്ടാൽ എത്ര നന്നായിരിക്കും. ദേഹം കരിക്കട്ടയാക്കി എല്ലാ ഹിംസകളേയും വെല്ലുവിളിക്കാം. ഇനി നിങ്ങൾക്കൊന്നും എന്നെയൊന്നും ചെയ്യാനാവില്ലെന്ന് പറഞ്ഞു ചിരിക്കാം. എന്നാൽ അതിനുള്ള ധൈര്യം തനിക്കുണ്ടോ എന്നവൻ സ്വയം ചോദിച്ചു.

ലക്ഷ്മി അപ്പോഴും ഉറങ്ങിക്കൊണ്ടിരിക്കുകയാണ്. അവൾ ഉറങ്ങുകയാണെങ്കിൽ അവനാണ് പാചകം ചെയ്യേണ്ടത്. ഇതൊക്കെ പരീക്ഷിച്ചു കഴിഞ്ഞിരിക്കുന്നു. ജോലിയില്ലാത്തവന് ഇതിനേക്കാൾ വലുതായിട്ടെന്താണുള്ളതെന്ന് അമ്മ ചോദിച്ചിട്ടില്ല. അവരുടെ മനസിൽ ഇങ്ങനെയൊരു ചിന്ത പതിഞ്ഞിട്ടുണ്ടാകണം. ഇല്ലെങ്കിൽ അവനെ പാചകം ചെയ്യാൻ അവർ സമ്മതിക്കുമായിരുന്നില്ലല്ലോ. അമ്മയ്ക്ക് അസുഖം വന്നതു മുതലാണ് അവൻ അടുക്കളജോലികൾ ചെയ്യാൻ തുടങ്ങിയത്. പിന്നീടത് തുടർന്നുപോന്നു.

പലവർഷങ്ങളായുള്ള ഈ അവസ്ഥ അവനെ വേദനിപ്പിച്ചു. ഓടിച്ചെന്ന് അമ്മയെ ഉണർത്തിയാലോ? കാലുകൊണ്ടു തൊഴിച്ച് നിന്റെ ജോലി നീ ചെയ്യെന്നു പറഞ്ഞാലോ? ജനങ്ങൾ കൂടും. തന്നെ ഓടിച്ചേക്കാം. പിന്നീട് മറ്റൊരടിമപ്പണിക്ക് തയാറാകേണ്ടിവരും. അതിനാൽ വീട്ടിൽ ഇങ്ങനെ അടഞ്ഞുകഴിയുന്നതു തന്നെയാണ് നല്ലത്.

മുകളിലെ വീട്ടിലെ സ്ത്രീയുടെ ശകാരം നിൽക്കില്ല. പക്ഷിയുടെ ചിലയ്ക്കൽപോലെ അതു കേട്ടുകൊണ്ടേയിരുന്നു. അവളുടെ പെൺമക്കളെ വെള്ളം നിറച്ചുകൊണ്ടുവരാനായി ഉണർത്തുന്ന ശബ്ദമാണ്. ഇനി രാത്രിവരെ അവളുടെ ശബ്ദം ഇങ്ങനെ ഓരോന്നിനായി മുഴങ്ങിക്കൊണ്ടേയിരിക്കും.

അടുക്കളയിൽ ഇരിക്കുന്നിടത്തോളം നാലു ചുവരുകൾ മാത്രം കണ്ടുകൊണ്ടിരിക്കണം. കൽചുവരുകൾ. നഗരമനുഷ്യന്റെ ഹൃദയംപോലെ ദൃഢമായത്. തൊട്ടടുത്തുനിന്ന് കൊലവിളികേട്ടാലും നിശ്ചലനായിരിക്കാൻ പറയുന്ന ചുവരുകൾ. അടുക്കളയിൽ കാറ്റു കടക്കാനായി ജനലുകൾ ഒന്നും തന്നെയില്ല. തൊട്ടടുത്ത കുളിമുറിയിൽനിന്നും ഒരുതരം നാറ്റം പുറപ്പെട്ടുകൊണ്ടിരുന്നു. അഴുക്കുനിറഞ്ഞ അനേകം സ്ത്രീകളെ ഒരിടത്ത് ഇരുത്തിയതുപോലെ. നാറ്റം മൂക്കിലേക്ക് അടിച്ചുകയറവെ ചുവരുകൾ തകർത്ത് വായു കടന്നുവരാൻ വഴിയൊരുക്കണമെന്നു തോന്നി.

പാൽക്കാരിയുടെ ശബ്ദം ഓരോ വീടുവാതിൽക്കലും എത്തി ഉയർന്ന് തേഞ്ഞുപോയി. ഒരേതരം വിളി. കതകു തുറന്നില്ലെങ്കിൽ ഒരുതവണകൂടി വിളി ഉയരും. ആ വിളികളിലാണ് അവൾ ജീവിക്കുന്നതെന്ന് മഹേന്ദ്രൻ കരുതിയിരുന്നു.

ഭർത്താവ് മരിച്ച സ്ത്രീകളെല്ലാം ഇഡ്ഡലി ചുട്ടുവിൽക്കുന്നവരാണെന്ന് സിനിമകളിൽ പറയുമ്പോൾ, യഥാർഥത്തിൽ അവർ പാൽപായ്ക്കറ്റ് വീടുകൾതോറും നൽകിയാണ് ജീവിക്കുന്നതെന്ന് അവൻ കരുതാറുണ്ട്. സീതമ്മയ്ക്ക് രണ്ടു ഭർത്താക്കന്മാരാണ്. രണ്ടുപേരും മരിച്ചുപോയി. സീതമ്മയ്ക്ക് അസുഖമായാലോ, വരാൻ പറ്റാതിരുന്നാലോ പകരം വരുന്ന ശാന്തലക്ഷ്മിയും വിധവയാണ്. കാലിനടിയേറ്റ താറാവ് ഞൊണ്ടിനടക്കുന്നതുപോലെയാണ് സീതമ്മ നടക്കുക. പത്രം ഇടുന്ന, തൊഴിൽരഹിതരായ യുവാക്കളെ അവനും കണ്ടിട്ടുണ്ട്. പാൽപായ്ക്കറ്റിടുന്ന തൊഴിലില്ലാത്ത ചെറുപ്പക്കാരും ഉണ്ട്. ഞൊണ്ടി താറാവ് കിഴവികളേക്കാളും മുൻപേ വിളിച്ചുപറഞ്ഞുകൊണ്ട് അവരാണ് കാലത്തെ പാലുകൊണ്ടുവരുന്നത്. താനും അങ്ങനത്തെയൊരു ചെറുപ്പക്കാരനായിരുന്നെങ്കിൽ ഇങ്ങനെ അടുക്കളയിൽ ചടഞ്ഞുകൂടി കിടക്കേണ്ടിവരുമായിരുന്നില്ലല്ലോ എന്നു തോന്നി.

പലതരം ശബ്ദങ്ങൾ ഇടകലർന്നു പ്രവഹിച്ചുകൊണ്ടിരുന്നു. യന്ത്രങ്ങളുടെ ഇരമ്പൽ മൃഗങ്ങളുടെ മുരളൽപോലെ കേൾക്കാൻ തുടങ്ങി. പാത്രങ്ങൾ നീക്കുന്ന ശബ്ദം എവിടെനിന്നോ അലയടിച്ചുവരുന്നതായി തോന്നി. അവൻ ബാത്റൂമിന്റെ വാതിൽ തുറന്നു. പൈപ്പിൽനിന്നും വെള്ളം ഒഴുകാൻ തുടങ്ങി.

അടുത്തവീട്ടിലെ ജനൽ കണ്ണിൽപ്പെട്ടു. മറ്റൊരു ഭാഗത്ത് കക്കൂസ്. അടുക്കള ജനലിലൂടെ അവൻ അകത്തേക്കു സൂക്ഷിച്ചു നോക്കി. ഒന്നിനു മുകളിൽ ഒന്നായി അടുക്കി വയ്ക്കപ്പെട്ട ധാരാളം ഡബ്ബകൾ. ഇവയല്ലാതെ യാതൊരു മനുഷ്യമുഖവും അവിടെ കാണാനായില്ല. വിശാലമായ അടു

ക്കളയുടെ ഒരു ഭാഗമായിരിക്കാം അത്. അല്ലെങ്കിൽ ഒരു മൂലയായിരിക്കാം. യുവമിഥുനങ്ങൾ ആ വീട്ടിൽ താമസിക്കാൻ വന്നിട്ടുണ്ടെന്ന് അവന്റെ അമ്മ ആറുമാസം മുൻപ് അവനോട് പറഞ്ഞിരുന്നു. എന്നാൽ ആരും ഇതുവരെ പരിചയപ്പെട്ടില്ല. ഒരു യുവതിയുടെ മുഖം ആ ജനലിനരികിൽ അവൻ പ്രതീക്ഷിച്ചു. ദിവസവും അവിടേക്കു നോക്കും. ആ മുഖം എങ്ങനെയിരിക്കുമെന്ന് അവൻ മനസിൽ സങ്കൽപ്പിച്ചു നോക്കിയിട്ടുണ്ട്. എന്നാൽ ഒന്നും കാണാൻ പറ്റാത്തത് അവനെ ദുഃഖിതനാക്കി.

ജനലിനരികിൽ പെൺമുഖം കാണുന്ന അന്ന് ജോലിക്കുള്ള ഉത്തരവ് വരുമെന്നവൻ കരുതിയിരുന്നു. അങ്ങനെ വിചാരിക്കുന്നത് അവന് എപ്പോഴും സന്തോഷം നൽകിയിരുന്നു. ഇത് ആരോടെങ്കിലും പറഞ്ഞാൽ അവർ ചിരിക്കും. എന്നാൽ അവൻ സന്തോഷകരമായ പ്രതീക്ഷയോടുകൂടിയാണ് ദിവസവും ആ ജനാലയിലേക്ക് നോക്കുക. അവരുടെ കുളിമുറിയുടെ ചുമര് ആ പെണ്ണിന്റെ അടുക്കളചുവരിന്റെ ഒരു ഭാഗമാണ്. കക്കൂസ് അടുത്ത രണ്ടു വീടുകളുടെ ചുമരുകൾക്കുമദ്ധ്യേയാണ്. മുൻഭാഗത്തെ വാതിൽപോലും അടുത്ത വീടിന്റെ ചുവരോട് ചേർന്നാണ്. ഇങ്ങനെ വീടെന്നില്ലാതെ തൊട്ടടുത്ത വീടുകളുടെ ചുമരുകളും മേഞ്ഞ മേൽക്കൂരയുമായി ആ വീട് നിലകൊള്ളുന്നത് അവനെ ആശ്ചര്യപ്പെടുത്തിക്കൊണ്ടിരുന്നു.

ചുവരുകളെപ്പോലെ ഒരാൾക്കൊരാൾ പുതപ്പായി മാറുംവണ്ണം ജനങ്ങൾ ഇല്ലായിരുന്നു. പുതച്ചോളൂ എന്നുപറഞ്ഞ് അമ്മയും അച്ഛനും വല വിരിച്ചിരിക്കുന്നു. നടപ്പാതകൾ മുഴുവൻ വലകൾ. ചിലനേരം വലകളിലൂടെ നടക്കുന്നത് മൃദുവായി തോന്നും. എന്നാൽ വലകളാണെന്നു മനസിലാക്കി നടക്കേണ്ട അവസ്ഥയാണ്. ഓർക്കുമ്പോൾ അവന് വിരസത തോന്നും.

അച്ഛൻ എഴുന്നേറ്റെന്ന് അവന് മനസിലായി. ചെറിയ പെട്ടിക്കട തുറക്കാനുള്ള ആയാസംപോലെ തോന്നും അദ്ദേഹം എഴുന്നേൽക്കുമ്പോൾ. അദ്ദേഹം അവനെ കാണുമ്പോൾ എന്നും ചോദിക്കുന്ന ചോദ്യം "പാചകജോലിയൊക്കെ കഴിഞ്ഞോ?" എന്നതാണ്. ഇന്നും അതുതന്നെയാണ് ചോദിക്കുക എന്ന് അവനറിയാം.

രണ്ട്

തലങ്ങും വിലങ്ങും ഓടുന്ന വാഹനങ്ങളെ മറികടന്ന് റോഡിനപ്പുറത്തേക്ക് എങ്ങനെയാണ് എത്തിച്ചേർന്നതെന്ന അത്ഭുതത്തോടെ മഹേന്ദ്രൻ വാഹനങ്ങളെ തന്നെ നോക്കിക്കൊണ്ടു നിന്നു. നടക്കാനിറങ്ങിയതാണ്. മൂന്നു മണിമുതൽ കറങ്ങാനുള്ള സമയമാണ്. എവിടെയെങ്കിലും നിന്നും നടന്നും അവൻ നേരം കളയും.

ജൂബിലി ബസ്സ്റ്റാന്റിലെ ബഞ്ചുകളിൽ ഒന്ന് അവനു വേണ്ടിയെന്നവണ്ണം ഒഴിഞ്ഞുകിടക്കും. എല്ലാവരും വൈകുന്നേരത്തെ ധൃതിയിലായിരിക്കും. അവരെ നോക്കിചിരിച്ചവണ്ണം യാതൊരു ധൃതിക്കുമില്ലാതെ അവൻ അവിടെ ഇരിക്കും. എത്ര ധൃതിയിലാണെങ്കിലും സ്ത്രീകൾ സുന്ദരികളായിരിക്കുന്നത് അവനെ എപ്പോഴും അത്ഭുതപ്പെടുത്തും. തിരക്കിനിടയിൽ അവരുടെ മുഖത്ത് പ്രത്യക്ഷപ്പെടുന്ന ഒരുതരം ഇളംചുവപ്പ്, സ്ഥിരമായി അവരുടെ മുഖത്ത് ഉണ്ടായിരുന്നെങ്കിലെന്നവൻ ആഗ്രഹിക്കാറുണ്ട്.

മഹേന്ദ്രന് ഒരു ബഞ്ചിന്റെ അറ്റത്ത് ഇരിക്കാൻ ഇടംകിട്ടി. ഇനിയും അൽപ്പനേരംകൂടി കഴിഞ്ഞാൽ ഇരിക്കുന്നവർ തിരക്കിട്ട് എഴുന്നേറ്റുപോകും. പിന്നെ ആ ബഞ്ചുമുഴുവൻ അവന്റേതായിത്തീരും. പിന്നെ സ്വസ്ഥമായി സ്ത്രീകളേയും നോക്കിക്കൊണ്ടങ്ങനെ ഇരിക്കാം.

പരീക്ഷക്കാലം. വിദ്യാർഥി വിദ്യാർഥിനികളുടെ മുഖത്ത് പതിവായി കാണപ്പെടാറുള്ള കൗതുകം മാഞ്ഞുപോയിരിക്കുന്നു. എന്തോ സൂക്ഷ്മമായി ശ്രദ്ധിക്കാനാഗ്രഹിക്കുന്നവരെപ്പോലെ, നെറ്റിയിൽ ചുളിവുകൾ, കൈകളിൽ തുറന്നുവച്ച നിലയിൽ പുസ്തകങ്ങൾ. ഈ നിശ്ശബ്ദത കണ്ടപ്പോൾ അവന് സങ്കടം തോന്നി. ഇതൊക്കെ കടന്നാണ് താനും വന്നിരിക്കുന്നത്.

ഇന്ന് അവൾ നല്ല ചുവന്ന സാരിയുടുത്താണ് വന്നിരിക്കുന്നത്. അവളെ ദിവസവും കാണുന്നുണ്ട്. കാണാത്തപ്പോൾ വല്ലാത്ത വിഷമം തോന്നും. അവൾ പോകുമ്പോൾ ഒന്നു തിരിഞ്ഞുനോക്കുകകൂടി ചെയ്യാറില്ല. എങ്കിലും അവളെ കാണുമ്പോൾ ഒരു വല്ലാത്ത പരവശം. മുഖം അറിയാതെ വിടരും.

പബ്ലിക് ടെലഫോൺബൂത്തിനു മുന്നിൽ ജനങ്ങൾ ക്യൂ നിൽക്കുന്നു. ബൂത്തിലിരിക്കുന്ന യുവതിക്ക് ഇതൊക്കെ ഏതോ വിചിത്രമായ ഒരു കാഴ്ച കാണുന്നതുപോലെയാണ്. നമ്പരുകൾ അമർത്തിത്തരുന്നതോടെ അവളുടെ ജോലി കഴിഞ്ഞു എന്നതുപോലെയാണ് അവളുടെ എങ്ങോട്ടോ നോക്കിക്കൊണ്ടുള്ള ഇരിപ്പ്. ജനങ്ങളുടെ സംസാരമോ നിരക്കോ അവൾ ശ്രദ്ധിക്കുന്നില്ല.

പള്ളിമിനാരത്തിൽനിന്നും നാലഞ്ചു പ്രാവുകൾ പറന്നുപോയി. പള്ളിക്കു ചുറ്റും എപ്പോഴും ചില പ്രാവുകൾ പറന്നുകളിക്കുന്നുണ്ടാവും. അവയെ നോക്കിയിരിക്കാൻ നല്ല രസമാണ്. ഏതോ വശീകരണവലയത്തിലകപ്പെട്ടതുപോലെയാണ് അവയുടെ പറക്കൽ. കുറച്ചുകഴിഞ്ഞാൽ അവ പള്ളിക്കകത്തേക്കു പറന്നു കയറും. പിള്ളയാർകോവിലിനെ വേർതിരിക്കുന്ന ഗോൾഡൻ ബേക്കറി ഇല്ലായിരുന്നെങ്കിൽ രണ്ടും ഒരേ ദേവാലയമായിട്ടാണ് കാഴ്ചയിൽപ്പെടുക എന്ന കാര്യം ഒരുതരം സന്തോഷം നൽകുന്നു. ഒരുപ്രാവ് പറന്നുവന്ന് പിള്ളയാർ കോവിലിന്റെ ഗോപുരത്തിൽ വന്നിരുന്നിട്ട് ചുറ്റുപാടും തലതിരിച്ചുനോക്കി. പിന്നെ ആരോ ഓടിച്ചിട്ടെന്നവണ്ണം തിരിച്ച് പള്ളിമിനാരത്തിൽതന്നെ വന്നിരുന്നു. നഗരത്തിൽ കലാപം ഉണ്ടാവുമ്പോഴൊക്കെ പ്രാവുകളെ കാണാതാവുന്നു.

പിറകിലെ റെയിൽപാളത്തിലൂടെ ഒരു തീവണ്ടി പാഞ്ഞുപോയി. എന്നും ആ സമയത്ത് ഓടിമറയുന്ന വണ്ടിയാണത്. അവസാന ബോഗി വരെ ഒരു ദിവസമെങ്കിലും എണ്ണിതീർക്കണമെന്നവൻ ആഗ്രഹിക്കാറുണ്ട്. എന്നാൽ ഇതുവരെ സാധിച്ചിട്ടില്ല. ആ ദിവസം തന്റെ ജീവിതത്തിലെ പ്രധാനപ്പെട്ട ദിവസമായിരിക്കും.

ആ ചെറുപ്പക്കാരൻ നെറ്റിയിൽ ഭസ്മം പൂശിയിരുന്നു. അവന്റെ വസ്ത്രവും അവനു ചുറ്റും എപ്പോഴും നാലഞ്ചുപേർ കൂടെയുണ്ടാകുന്നതും മഹേന്ദ്രന് അവനെ ശ്രദ്ധിക്കാൻ കാരണമായി മാറി. ഇന്ന് കൂടെയുള്ളവരും ഭസ്മം പൂശിയിരുന്നു. അവരിൽനിന്നും നേർത്ത ചിരി ശബ്ദം പുറപ്പെട്ടുകൊണ്ടിരുന്നു. പിന്നെ പരീക്ഷയെക്കുറിച്ചോർത്തവരെപ്പോലെ കൈയിലെ പുസ്തകങ്ങളിലേക്കു നോക്കി. ഇങ്ങനെയൊരു പരീക്ഷാകാലം തനിക്കിനി വരില്ലല്ലോ എന്നോർത്തപ്പോൾ അവന് സങ്കടം വന്നു.

പെട്ടെന്ന് തിരക്കൊഴിഞ്ഞ് ഒരുതരം നിശ്ശബ്ദത കളിയാടി. ഈ ശാന്തത ആസ്വദിക്കണം. ബഹളവും ശാന്തതയും. ബഹളമില്ലെങ്കിൽ ഈ ശാന്തതയെ ആസ്വദിക്കാനാവില്ല.

അവൻ കണ്ണുകളടച്ച്, പിന്നീട് സാവധാനം തുറന്നു. മായപോലെ ആ തിരക്ക് വീണ്ടും പ്രത്യക്ഷപ്പെട്ടിരിക്കുന്നു. അവന് അത്ഭുതം തോന്നി.

ആ ചെറിയ കൂട്ടം അപ്പോഴും അവിടെ തന്നെയുണ്ടായിരുന്നു. ചിരിയും സംസാരവും കേട്ടുകൊണ്ടിരുന്നു. ഇളം ചുവപ്പു ഷർട്ടണിഞ്ഞ രണ്ടുപേർ അവർക്കരികിൽ വന്നുനിന്നു. അവർ നാലു ഭാഗത്തേക്കും ദൃഷ്ടികൾ പായിച്ചു. കൂട്ടം പരിഭ്രമിച്ച് അകന്നു മാറി. ഒരു ചെറുപ്പക്കാരൻ മാത്രം അവിടെ ഇരുന്നിരുന്നു. ചുവന്ന ഷർട്ടുകാരൻ തലയ്ക്കു മുകളിലേക്കുയർത്തിയതോക്ക് മഹേന്ദ്രന്റെ കണ്ണിൽപ്പെട്ടു.

അവൻ ഓടിക്കൊണ്ടിരുന്നു. ജനങ്ങൾ തീയിലകപ്പെട്ട പറവകളെപ്പോലെ ഒച്ചവച്ച് ഓടി. ബസുകൾ അവിടവിടെ സ്തംഭിച്ചുനിന്നു. സ്വപ്നത്തിൽ ഓടുന്നവനെപ്പോലെ അവൻ ഓടിക്കൊണ്ടിരുന്നു. എത്രദൂരംവരെ ഓടിവന്നു. ഇനിയും സുരക്ഷിതസ്ഥാനത്തെത്തിയിട്ടില്ല എന്ന വിചാരത്തിൽ ഓടിക്കൊണ്ടിരുന്നു. കടകൾ അടച്ചു തുടങ്ങിയിരിക്കുന്നു. ചെറുനാരങ്ങാ കൂട തട്ടിമറിഞ്ഞ് അവന്റെ കാലുകളിൽ വന്നുതട്ടി. കേയാർ സ്കൂൾ ഇടവഴി അവന് ആശ്വാസം നൽകി. അവിടെ ആൾസഞ്ചാരം അധികം ഇല്ല. അവൻ എന്തിനാണ് ഇങ്ങനെ ഓടിവന്നതെന്ന് അവിടെയുണ്ടായിരുന്നവർ അത്ഭുതത്തോടെ നോക്കിനിന്നു.

അവിടെ ജനങ്ങൾ വളരെ സമാധാനപരമായിരിക്കുന്നത് അവൻ കണ്ടു. തോക്ക്, തോക്ക് എന്നു വിളിച്ചുപറഞ്ഞ് അവിടെയുള്ളവരെ പരിഭ്രമിപ്പിക്കുവാൻ അവനു തോന്നി. എന്നാൽ വായിൽനിന്നും യാതൊരു ശബ്ദവും പുറത്തേക്കു വന്നില്ല. ജയിംസ് സ്കൂൾ റോഡ് വിജനമായിരുന്നു. വാർത്ത മെല്ലെ പരന്ന് ധൃതിപിടിച്ച് വീടിന്റെ വാതിലുകൾ വലിച്ചടയ്ക്കുന്നത് കാണാൻ അവനാഗ്രഹിച്ചു.

അവൻ വീടിന്റെ കതകിൽ പടപടാന്ന് മുട്ടി. അവൻ കിതയ്ക്കുന്നുണ്ടായിരുന്നു. അവന്റെ നിശ്വാസം കതകിൽ തട്ടി വിശ്വരൂപമെടുത്തു. അമ്മ അപ്പോൾ മാത്രം ഉണർന്നവളെപ്പോലെ തോന്നി. “എന്തുപറ്റി?” എന്നവർ ചോദിച്ചു. അവൻ കസേരയിൽ ഇരുന്നിട്ട് വായ തുറന്നുവച്ചു. അപകടത്തിൽപ്പെട്ട വാഹനത്തെപോലെ ശരീരം തളർത്തിയിട്ടു. ലക്ഷ്മി കാൽക്കൽ ഇരുന്നു. അവന്റെ നെഞ്ചിൽ അവൾ തടവിക്കൊടുത്തു. അവന് ആശ്വാസം തോന്നി. ഇങ്ങനെ അവർ ഇരുന്നിട്ട് എത്ര നാളുകളായിരിക്കുന്നു. ആശ്വാസ വാക്കുകൾ കേട്ടിട്ട് എത്ര നാളുകളായിരിക്കുന്നു. അവൻ അമ്മയുടെ കൈകളിൽ പിടിച്ചു.

“എന്തുപറ്റി....?”

“.................”

“ഇത്രേയുള്ളോ? ദിവസവും നടക്കുന്നതല്ലേ.....?”

മൂന്ന്

മഹേന്ദ്രൻ ഇങ്ങനെയൊരു കാഴ്ച ദിനവും മനസിൽ കണ്ടിരുന്നു. കൈയിൽ പലതരം തോക്കുകൾ. തെരുവിലൂടെ നടന്നുപോകുന്ന ആരെയെങ്കിലും വെടിവച്ചിടണം. രക്തം ഒഴുകണം. ഇതൊന്നും കാണാത്തതുപോലെ ജനങ്ങൾ നടക്കണം. എന്നാൽ, മനസിൽ കണ്ട കാഴ്ചകൾ ഇന്നു യാഥാർത്ഥ്യമായി സംഭവിച്ചപ്പോൾ ഇത്രയും ഞെട്ടേണ്ടിയിരുന്നില്ലെന്നവൻ സ്വയം പറഞ്ഞുകൊണ്ടിരുന്നു.

ലക്ഷ്മി കണ്ണുകളടച്ചു കിടക്കുകയാണ്. ഉറങ്ങുകയാണോ? അതോ ഉറക്കം ഞെട്ടിയതിന്റെ ഉറക്കച്ചടവോ? എന്തോ? അവൾകൂടി ഇതൊരു സാധാരണ സംഭവമായി എടുത്തതു കണ്ടപ്പോൾ അതും ഒരു ഞെട്ടലായി മനസിൽ ഉറഞ്ഞുകിടക്കുന്നു. “എന്തുകൊണ്ടാണ് അമ്മ അങ്ങനെ പറഞ്ഞത്?” ദിവസവും സംഭവിക്കുന്നതാണ്. എവിടെയൊക്കെയോ സംഭവിക്കുന്നതായി, നഗരത്തിലെ വേറെ വേറെ തെരുവുകളിൽ സംഭവിക്കുന്നതായി വാർത്തകൾ വന്നുചേരുന്നു. അടുത്ത തെരുവിലാണെന്ന ഞെട്ടൽ കൂടി അമ്മയ്ക്കില്ലാത്തത് ഭയപ്പെടുത്തുന്നു.

നഗരം ഇങ്ങനെയാണ്. ശവങ്ങൾക്കുമധ്യേ സാവകാശം ഇങ്ങനെ ചലിച്ചുകൊണ്ടിരിക്കും. അമ്മ, തന്നേയും ഒരു ശവമായി കാണാൻ തുടങ്ങിയോ എന്നവൻ പലപ്പോഴും ചിന്തിക്കാറുണ്ട്. അവന്റെ ചെറിയ തെറ്റുകൾക്കൊക്കെ അവൾ ആദ്യമൊക്കെ പതറിപ്പോകാറുണ്ടായിരുന്നു. ഇപ്പോൾ അതൊക്കെ സർവസാധാരണമായെടുക്കാൻ തുടങ്ങിയിരിക്കുന്നു. അമ്മയെ ഉണർത്തി, എന്താണ് ഇങ്ങനെയൊക്കെയാകാൻ കാരണമെന്ന് ചോദിക്കാനവനു തോന്നും. അങ്ങനെയൊരു കാഴ്ചയെ തലയ്ക്കകത്തുനിന്നും എടുത്തെറിയാൻ ആഗ്രഹിക്കുന്നതുപോലെ അവൻ തലയാട്ടി. മരിച്ചുപോയവന്റെ തലയിൽ ഓടുവീണ് രക്തം ചിതറി. അങ്ങ

നത്തെയൊരു മരണം അവനും പലതവണ ആലോചിച്ചിട്ടുണ്ട്. സിനിമകളിൽ അത്തരം കാഴ്ചകൾ എത്രയോ തവണ കണ്ടിരിക്കുന്നു. വായ്ക്കകത്തേക്ക് തോക്കിൻ കുഴൽ തിരുകിക്കയറ്റി വെടിവച്ച് മരിക്കുന്നത് മറ്റൊരു രീതി. രണ്ടാമത്തേത് തനിക്ക് വല്ലാതെ ഇഷ്ടപ്പെട്ടിരിക്കുന്നു.

കതകിൽ ആരോ പടപടാന്ന് മുട്ടി. കതകിന്റെ വിറയൽ ശരീരത്തിലേക്ക് വ്യാപിച്ചവനെപ്പോലെ അവന്റെ ദേഹവും വിറയ്ക്കാൻ തുടങ്ങി. തന്നെപ്പോലെതന്നെ ഓടിക്കിതച്ചുകൊണ്ടുവന്നവരായിരിക്കുമോ? അല്ലെങ്കിൽ ആ സംഭവത്തിന്റെ ദൃക്സാക്ഷിയായ തന്നെയും തേടി വന്നവരായിരിക്കുമോ? അവൻ കതക് തുറന്നില്ല. പടപടാന്നുള്ള ശബ്ദം കേട്ടുകൊണ്ടേയിരുന്നു. മഹേന്ദ്രൻ കണ്ണുകൾ ഇറുക്കിയടച്ചുകൊണ്ട് കസേരയിൽ ചാരിക്കിടന്നു.

ലക്ഷ്മി വാതിൽ തുറന്നു. "നിങ്ങളായിരുന്നോ......" അവിടെ ബേക്കറിയിലെ ദാമോദരൻ നിന്നിരുന്നു. "ജോലി വല്ലതും ഉണ്ടോ?" ദാമോദരൻ അകത്തേക്കു കയറിവന്ന് മഹേന്ദ്രന്റെ അടുത്തിരുന്നു. "അനിയനിതെന്തു പറ്റി?" ആരെയോ വെടിവച്ചത്രെ. അതും കണ്ടിട്ടുവന്ന് സ്തംഭിച്ചിരിക്കുകയാണ്. മഹേന്ദ്രൻ കണ്ണുകൾ തുറന്നു.

ദാമോദരന്റെ മുഖത്ത് താടിരോമങ്ങൾ വളർന്നുകിടന്നിരുന്നു. എന്തോ കറുത്തവസ്തു ഒടിച്ചുവച്ചതുപോലെ ആകെ കറുത്തിരുന്നു. മുഖത്ത് വയസിനനുസരിച്ചു ചുളിവുകൾ. കണ്ണുകൾ കുഴിയിലാണ്ടിരുന്നു. തലമുടി ഉണങ്ങിവരണ്ട് ഒന്നിൽനിന്നും മറ്റൊന്ന് വിട്ടുനിന്നിരുന്നു. മുള്ളൻപന്നിയുടെ ദേഹംപോലെ തോന്നിച്ചു.

"എന്താ.... നീയതു കണ്ടോ....? ശവം എടുത്തുകൊണ്ടു പോയി. ഇപ്പോൾ എല്ലാം നോർമലായിരിക്കുന്നു. പത്തുമിനിട്ടോളം ബസുകൾ ഓടിയില്ല. പിന്നെയെല്ലാം സാധാരണപോലെ ആയി. മരിച്ചവൻ സ്റ്റുഡന്റ്സ് ലീഡറാണത്രെ. കോളേജു വിദ്യാർഥികൾക്കിടയിൽ സംഘടനയുണ്ടാക്കുന്നതിൽ ഞാനാണോ വലുത് നീയാണോ വലുത് എന്ന വലിയ പ്രശ്നം. അതാണ് വെടിവെച്ചത്. ഇപ്പോൾ എല്ലാം നോർമലായി......" പെട്ടെന്നുതന്നെ സാധാരണ നിലയിലെത്തിയിരിക്കുന്നു എന്നോർത്തപ്പോൾ അത്ഭുതം തോന്നി. പട്ടാപ്പകൽ നഗരമധ്യേയാണ് സംഭവം നടന്നിരിക്കുന്നത്. എന്നിട്ടും നഗരം സാധാരണപോലെ ചലിച്ചുകൊണ്ടിരിക്കുന്നു. മരിച്ചുപോയവനുവേണ്ടി വിലപിക്കാൻ ഏതു കോണിൽനിന്ന് ആരായിരിക്കും വന്നിരിക്കുക? അവന്റെ അലർച്ച ആരും കേട്ടിരിക്കില്ലേ? ഇതാണോ മരണം? നാളത്തെ ദിനപത്രത്തിൽ ചെറിയ ഒരു വാർത്ത, അത്രതന്നെ. ഞാൻ മരിച്ചാൽപോലും അതുപോലും ഉണ്ടാവില്ല. വലിഞ്ഞുകയറി മരണത്തെ സ്വീകരിച്ചാൽ അതു വാർത്തയാകും. അല്ലെങ്കിൽ സാധാരണശവം. അത്രതന്നെ.

"വീട്ടിലേക്ക് ഒന്നും വാങ്ങണ്ടേ? റേഷൻകടയിൽ പാമോയിൽ നാളെ വന്നേക്കുമെന്നാണ് പറഞ്ഞത്."

"പാമോയിൽ വന്നാൽ വാങ്ങണം."

ദാമോദരൻ വീട്ടിലേക്കു വേണ്ട സാധനങ്ങൾ വാങ്ങിക്കൊണ്ടുവന്നു തരും. കാശോ ഭക്ഷണമോ ഏത് നൽകിയാലും വാങ്ങും. കൊടുക്കുന്ന എട്ടണ, ഒരു രൂപാ കൊണ്ടൊക്കെ അന്നത്തെ ദിവസം കഴിച്ചുകൂട്ടും. ഇങ്ങനെ പല വീടുകളിൽപോയി സംസാരിക്കുന്നതും ഏതെങ്കിലും ജോലി ചെയ്യുന്നതുമായി അവന്റെ ജീവിതം നീങ്ങിക്കൊണ്ടിരുന്നു.

"ഇങ്ങനെയാണ് ചക്രം കറങ്ങുന്നത്" എന്നു ദാമോദരൻ പറയും. ബേക്കറിയിൽ വളരെകാലം ജോലി ചെയ്തുവന്നു. പിന്നെ ഹോട്ടലുകളിൽ. ശരീരബലം കുറയാൻ തുടങ്ങിയപ്പോൾ ചെറിയ ചെറിയ വീട്ടുജോലികൾ ചെയ്യാൻ തുടങ്ങി. ബേക്കറിയിൽ ജോലി ചെയ്തിരുന്നപ്പോൾ മദ്യപിച്ചിട്ട് എവിടെയെങ്കിലും പോയിട്ട് കിടക്കും. അവനെ എടുത്തുകൊണ്ടുപോയി ശ്രദ്ധയോടെ കിടത്തുക, ലഹരിയും മയക്കവും തെളിയും വരെ അയാളുടെ അരികിൽ ആരെങ്കിലും കാവലിരിക്കുക ഇതൊക്കെ ബേക്കറിക്കാർക്ക് ശല്യവും പ്രയാസവുമായി മാറി. അതിനാൽ അയാളെ അവർ അവിടെനിന്നും പറഞ്ഞുവിട്ടു. ഇപ്പോഴും കുറച്ചുകാശ് കൈയിൽ വന്നാൽ ഏതെങ്കിലും തെരുവുമൂലയിലായിരിക്കും കിടക്കുക. "എന്നെ മരണം കൊണ്ടു പോകുന്നില്ലല്ലോ" എന്നുപറഞ്ഞ് നെഞ്ചത്തടിച്ച് നിലവിളിക്കും.

മഹേന്ദ്രൻ തന്റെ അവസ്ഥയും ഇതുതന്നെയായിരിക്കുമെന്ന് മനസിലാക്കിയിരുന്നു. ദാമോദരന് കൈനീട്ടാനുള്ള മടിമാറിയിരുന്നു. തനിക്ക് ലജ്ജയും മാനാഭിമാനവും ശരീരത്തിൽ ബാക്കികിടക്കുന്നതായി മഹേന്ദ്രൻ അറിയുന്നു. ഒരുതരത്തിൽ ദാമോദരനാകുന്നതാണ് എളുപ്പവും രക്ഷപ്പെടലുമെന്നവന് തോന്നി. അങ്ങനെയാകുന്നത് ആത്മഹത്യക്ക് തുല്യമാണെന്നും അവനറിയാം.

"നീ ശരിക്കും കണ്ടോ? അങ്ങനെയാരു മരണം കാണുന്നതുകൂടി വലിയ ഭാഗ്യമാണ്. അങ്ങനെ മരിക്കുന്നത് അതിനേക്കാളും എത്രയോ വലിയ ഭാഗ്യമാണ്. അങ്ങനെ മരിക്കാനായി എത്രയോപേർ കാത്തിരിക്കുന്നുണ്ട്. ഞാനും അതെ." എന്നുപറഞ്ഞ് ദാമോദരൻ ചിരിക്കാൻ തുടങ്ങി. പൂപ്പൽപിടിച്ച നിലംപോലെ അഴുക്കുനിറഞ്ഞതായിരുന്നു അവന്റെ പല്ലുകൾ. പല്ലുകൊഴിഞ്ഞ ചീപ്പുപോലെ ഇടവിട്ടാണ് അവന്റെ പല്ലുകൾ. അവന്റെ വായിൽനിന്നും ഒരുതരം നാറ്റം പുറപ്പെട്ടു. മഹേന്ദ്രൻ ദാമോദരനെതന്നെ നോക്കിക്കൊണ്ട് ഇരുന്നു. ഇങ്ങനത്തെയൊരു വികൃതരൂപത്തോട് സംസാരിക്കുന്നതുതന്നെ ഒരുതരം താണ പ്രവർത്തിയാണെന്നതുപോലെ അവനുതോന്നി. ഇവനാഗ്രഹിക്കുന്ന മരണം നമ്മൾ തന്നെ നൽകിയാൽ അവൻ സന്തോഷിക്കുമോ? തന്റെ ചെറു ശക്തികൊണ്ട് കഴുത്തുപിടിച്ചു ഞെരിച്ച് ശ്വാസംമുട്ടിച്ചാൽ മതി. അവന്റെ ആഗ്രഹം സഫലമാകും. അവൻ അത് ആഗ്രഹിക്കുന്നുണ്ടെന്ന് പറയുന്നത് വെറും വീൺവാക്കാണോ? ജീവിക്കാനാഗ്രഹിക്കുന്നില്ലെങ്കിൽ ഈ ജനക്കൂട്ടങ്ങൾക്കിടയിലൂടെ എന്തിനാണ് സഞ്ചരിക്കുന്നത്. വെറും കാറ്റുകൊണ്ടുകൊണ്ട് ഏതെങ്കിലും മൂലയിൽ കിടക്കാം. അവസാനിക്കാം. രേഷനും

പാൽകാർഡും വാങ്ങിക്കൊണ്ടുവരാൻ പോയി എട്ടണ സമ്പാദിക്കുന്നതിലുള്ള ഇവന്റെ ന്യായം കള്ളമായിരിക്കാം. ഇവനും തന്നെപ്പോലെ ജീവിക്കാൻ തന്നെയാണാഗ്രഹിക്കുന്നത്. അവന്റെ മുഖത്തേക്ക് സൂക്ഷിച്ചു നോക്കിക്കൊണ്ട് മഹേന്ദ്രൻ ഇങ്ങനെയൊക്കെ ചിന്തിച്ചുകൊണ്ടിരുന്നു.

ദാമോദരന് കുട്ടികളോട് വലിയ സ്നേഹമാണ്. അവർക്ക് ചെറിയ ചെറിയ മാജിക്കുകൾ കാണിച്ചുകൊടുക്കും. ഉള്ളംകൈയിലെ കാശ് പെട്ടെന്നു മറഞ്ഞുപോകും. അവന്റെ ചെയ്തികൾ കുട്ടികൾ ശ്രദ്ധയോടെ വീക്ഷിച്ചുകൊണ്ടിരിക്കും. അവർ കൈകൊട്ടി ചിരിക്കുന്നതുകണ്ട് അവൻ അതിൽ ലയിച്ചുചേരും. അവൻ കാശ് അപ്രത്യക്ഷമാക്കുന്ന വിദ്യയാണ് കുട്ടികൾക്ക് ഏറെ പ്രിയം.

ബേക്കറിയിൽ ഉണ്ടായിരുന്നപ്പോൾ അവനു മാത്രമായി ഒരു മുറിയുണ്ടായിരുന്നു. ആ മുറിയിൽ കിടക്ക എന്നപേരിൽ ചിലതുണ്ടാകും. രണ്ടു സ്ത്രീകളുടെ ഛായാചിത്രം. ആ രണ്ടു സ്ത്രീകളും ഒരാളാണെന്നാണ് ദാമോദരൻ പറയുക. തന്റെ ഭാര്യയുടെ ഇരുപത്തഞ്ചാം വയസിലേതും മരിക്കുന്നതിനും ആറുമാസം മുമ്പത്തേതും ആണെന്നവൻ പറയും. കളർ ഫോട്ടോയാണ്. അക്കാലത്ത് കളർഫോട്ടോ ഉണ്ടായിരുന്നോ? അല്ലെങ്കിൽ പിന്നീട് കളർ ചെയ്തതായിരിക്കും.

പട്ടാളത്തിൽനിന്നും വിരമിച്ചുവന്നയാളാണ് ദാമോദരൻ. അവന്റെ സംസാരത്തിൽ മുൻപൊക്കെ ഒരു തനിമയുണ്ടായിരുന്നു. ഇപ്പോൾ അതൊക്കെ കുറയാൻ തുടങ്ങിയിരിക്കുന്നു. അവന്റെ വായിൽനിന്നും വരുന്ന ഇംഗ്ലീഷ് വാക്കുകൾകൂടി ഇപ്പോൾ നിന്നുപോയിരിക്കുന്നു.

ചെറുപ്പക്കാരിയുടെ ഫോട്ടോ വേറെ ഏതെങ്കിലും സ്ത്രീയുടേതായിരിക്കും. ഭാര്യ മരിച്ചതിനുശേഷം ഇങ്ങനെയൊരു സ്ത്രീയുമായി ബന്ധമുണ്ടായിരുന്നിരിക്കാം. ദാമോദരന്റെ കൈയിലെ പണം തീർന്നപ്പോൾ അവൾ ഉപേക്ഷിച്ചുപോയിരിക്കാം. അല്ലെങ്കിൽ അയാൾ പറയുന്നത് സത്യമായിരിക്കാം. അയാളുടെ മുറിയിലേക്കു പോയപ്പോഴൊക്കെ മഹേന്ദ്രൻ സിഗരറ്റു വലിച്ചിട്ടുണ്ട്. അയാളുടെ മുറിയിലേക്കു പോകുന്നതിന്റെ അർഥം തന്നെ സിഗരറ്റു വലിക്കുക എന്നതുപോലെയാണ്. ആ മുറിയിൽനിന്നും ദാമോദരനെ പുറത്താക്കിയതിനുശേഷം അയാൾക്ക് പ്രത്യേകം ഒരു മുറി ഇല്ലാതായിത്തീർന്നു. പട്ടാളത്തിൽനിന്നും വിരമിച്ചയാളുടെ ജീവിതം ഇങ്ങനെയായിപ്പോയല്ലോ എന്ന് ചില സമയങ്ങളിൽ ആലോചിച്ചുനോക്കുമ്പോൾ മഹേന്ദ്രന് അത്ഭുതം തോന്നാറുണ്ട്.

“ശവം എടുത്തുകൊണ്ടു പോയോ?”

“പോയി.”

“ധാരാളം രക്തം ഉണ്ടായിരുന്നോ?”

“ഉണ്ടായിരുന്നു.”

നാല്

അവൻ വേഗം പുറപ്പെട്ടു. രണ്ടു മണിക്കൂറിനുമുൻപ് ആ സംഭവം എത്രമാത്രം പരിഭ്രമം ഉണ്ടാക്കി. ഇപ്പോൾ ഒക്കെ ശരിയായി. അടച്ച കടകൾ തുറന്നിരിക്കുന്നു. ഓരോ കടകൾക്കുമുന്നിലും ആജ്ഞാപിച്ചു നിർത്തിയതുപോലെ ജനങ്ങൾ കൂടിനിൽക്കുന്നു. വാനത്തുനിന്നും പൂക്കൾ ചൊരിഞ്ഞതുപോലെ ആൾക്കൂട്ടം. ഇവർക്കൊന്നും മരണഭയം എന്നതേ ഇല്ലേ? തലചിതറി ചത്തുകിടന്നവന്റെ അവസ്ഥ തങ്ങൾക്കും വന്നേക്കാം എന്ന ചിന്ത ആർക്കും ഇല്ലേ? അവന്റെ തലചിതറാൻ എന്താണ് കാരണം എന്നു ചിന്തിക്കാൻകൂടി നേരമില്ലേ? തന്നെപ്പോലെ ആർക്കും ഇതുകാണാൻ വീണ്ടും വരാനുള്ള അവസരം ഉണ്ടായിരിക്കില്ലെന്നവൻ വിചാരിച്ചു.

ജൂബിലി ബസ്സ്റ്റാന്റ് എപ്പോഴത്തേതുംപോലെ തന്നെയായിരുന്നു. നിരാകരിക്കപ്പെട്ട സ്ഥലംപോലെ ഒരു ഭാഗം ശൂന്യമായി കിടന്നിരുന്നു. മഹേന്ദ്രൻ പരിഭ്രമിച്ചു. അടുത്തേക്കുചെന്ന് അവൻ എത്തിനോക്കി. രക്തക്കറകൾ. ഒരാൾ, അല്ലെങ്കിൽ ഒരു ശവം വീണുകിടന്നതിന്റെ അടയാളമായി ചോക്കു കൊണ്ടുവരച്ച അടയാളം. ആ വെളുത്ത വരകൾക്കിടയിൽ താൻ കിടക്കുന്നതായി അവൻ സങ്കൽപ്പിച്ചുനോക്കി. അളവ് തനിക്ക് കൃത്യമായിരിക്കും. ഇന്ന് അതിൽ അകപ്പെട്ടിരുന്നെങ്കിൽ എത്ര സന്തോഷകരമായിരുന്നിരിക്കും എന്നുകൂടി അവൻ ചിന്തിച്ചുപോയി. എന്നാൽ പെട്ടെന്നവൻ ദുഃഖിക്കുകയും ചെയ്തു.

വീണ്ടും ഓടിയാലോ. ഓടിയോടി എന്തോ അത്യാഹിതം സംഭവിച്ചതുപോലെ അലറിയാലോ. ഒരേ ഓട്ടം. എല്ലാവരുടെ ശ്രദ്ധയും അവന്റെ നേർക്ക് തിരിയണം. മറ്റൊരു കൊലനടന്നതായുള്ള കിംവദന്തി പരത്തിയാലോ. അവൻ ഓടാൻ തുടങ്ങി. എന്തെങ്കിലും വിളിച്ചുകൂവണമെന്നു

തോന്നി. വായിൽനിന്നും വാക്കുകളൊന്നും പുറത്തേക്കു വന്നില്ല. ഓട്ടത്തിന്റെ വേഗം കുറഞ്ഞു. സാവധാനം നടക്കാൻ തുടങ്ങി. തന്റെ പ്രവർത്തി പരിചയക്കാരെ അമ്പരപ്പിച്ചേക്കാം. പരിചയക്കാർ ആരാണുണ്ടാവുക? ചിലരുണ്ടാകാം. പരിചയക്കാരുടെ മുഖവും മേൽവിലാസവും അറിയാം. അത്രതന്നെ. തൊഴിൽ സംഘകെട്ടിടത്തിന്റെ പിറകിലുണ്ടായിരുന്ന മരങ്ങൾ നിഴൽ വിരിച്ചിരുന്നു. തണൽ തീർച്ചയായും ആശ്വാസമേകുമെന്നു വിശ്വസിച്ചുകൊണ്ടവൻ നിന്നു.

അഞ്ച്

തണലില്ലെങ്കിൽ സെക്രട്ടറിയേറ്റുവരെ നടക്കുവാൻ വെങ്കട്ടയ്യാക്ക് വളരെ പ്രയാസമാണ്. മരങ്ങൾ വരിവരിയായി നിൽക്കുന്ന തെക്കുഭാഗത്തുകൂടിയാണ് അയാൾ എപ്പോഴും നടക്കുക. പറഞ്ഞ് നട്ടുവളർത്തിയതുപോലെ ബസ്സ്റ്റാന്റിൽനിന്നും സെക്രട്ടേറിയേറ്റിന്റെ ഗെയ്റ്റുവരെ മരങ്ങളാണ്. ഒരു മരത്തിന്റെ നിഴൽ മറ്റൊന്നിന്റെ തുടർച്ചയായി നീണ്ടുപോകും. തണലില്ലാതെ വെയിലത്ത് വെന്ത മണ്ണ് ഒരുതരം ഗന്ധം പുറപ്പെടുവിക്കുന്നതായി വെങ്കട്ടയ്യക്കു തോന്നി.

ആൽമരങ്ങളും വേപ്പുമരങ്ങളും നിൽക്കുന്ന തണുപ്പ് എപ്പോഴും മനസിൽ നിറഞ്ഞുകിടക്കും. ഇവിടെയൊന്നും അങ്ങനെ ഒരെണ്ണംപോലും കാണാനില്ല. പൂക്കളിൽ ഏതൊക്കെയോ നിറങ്ങൾ പൂശിയതുപോലത്തെ മരങ്ങൾ. അവയുടെ നിഴൽകൂടി കൃത്രിമമായിരിക്കാം. ഈ തണൽ ഇല്ലായിരുന്നെങ്കിൽ പെട്രോൾ കാറ്റിൽനിന്നും ആശ്വാസം നേടുക എന്നത് പ്രയാസമായിരിക്കും. എന്താണിങ്ങനെ കിതയ്ക്കുന്നത്. സെക്രട്ടറിയേറ്റിന്റെ വാതിലിൽ പിടിച്ചാൽ ഈ കിതപ്പ് നിൽക്കുമായിരിക്കും.

വാതിൽ കതക് ബ്രഹ്മാണ്ഡമായി നിന്നിരുന്നു. നാലഞ്ചാൾക്കാർ തോളത്ത് കയറിനിൽക്കുന്നത്ര ഉയരം. അതിന്റെ ഉറപ്പുകാണുമ്പോൾ വെങ്കട്ടയ്യക്ക് അച്ഛനെ ഓർമവരും. ചെറിയ ചെറിയ രൂപങ്ങൾ കമ്പികളിൽ കൊത്തിയുണ്ടാക്കും. എവിടെ കൈവച്ചാലും ഏതെങ്കിലുമൊരു ചെറിയ രൂപം കൈയിൽ തടയും. വാതിൽക്കൽ ജനത്തിരക്കുണ്ടായിരുന്നു. താനാണ് താമസിച്ചതെന്നു കരുതിയിരുന്നു. എന്നാൽ ഇത്രയും പേരെ കണ്ടപ്പോൾ സന്തോഷവും ആശ്വാസവും തോന്നി. തന്റെ സെക്ഷനിലെ ആളുകൾ ഉണ്ടായിരുന്നെങ്കിൽ ഇതിലും നന്നായിരുന്നേനെ എന്നയാൾ വിചാരിച്ചു. എന്നാൽ അവിടെ നീണ്ട വരിയാണ്. അവിടത്തെ ആൾ

ഉച്ചയ്ക്കുശേഷമാണല്ലോ വരിക. എല്ലാവരും ഓഫീസിലെ ആൾക്കാരാണ്. അങ്ങനെയാണെങ്കിൽ താനും നിൽക്കേണ്ടിവരും. പെട്ടെന്ന് അകത്തേക്കു പോകാനാവില്ല. തന്റെ മുന്നിൽ നിന്നയാൾ മുറുക്കാൻ ചവച്ച് പല്ലുകൾ കാട്ടി. ചുവന്ന, കറപിടിച്ച പല്ലുകൾ. ഓഫീസിന്റെ ചുവരുകളും ഇങ്ങനെ തന്നെയാണിരിക്കുക. സർക്കാരാപ്പീസുകളുടെ ചുവരുകളായാൽ ഇങ്ങനെയിരിക്കും എന്ന വിധത്തിൽ! ഇതിനകത്തകപ്പെട്ട മൃഗത്തെപ്പോലെയാണ് താനും എന്നു ചിന്തിക്കാറുണ്ട്. ക്യൂ നീണ്ടുകൊണ്ടിരുന്നു. എന്തെങ്കിലും അനിഷ്ടം സംഭവിച്ചിരിക്കാം. അല്ലെങ്കിൽ അത്തരം വാർത്തകൾ പരന്നിരിക്കാം. ഏതെങ്കിലും വിശിഷ്ടാതിഥി വരുന്നുണ്ടോ? അങ്ങനെയാണെങ്കിൽ നോട്ടീസ് ബോർഡിൽ അതുണ്ടാവേണ്ടതല്ലേ.

"ക്യാ സാബ്... ഇന്നെന്താണ് വിശേഷം....?"

അയാൾ മുറുക്കാൻ ചവച്ചു രസിച്ചു. വെങ്കയ്യയുടെ മുഖം മനസിലേക്ക് പതിപ്പിക്കുന്നതുപോലെ നോക്കി.

"ബോംബ് പൊട്ടാൻ പോകുന്നു. അതാണ്....."

"ദിനവും ഇതുപോലെ ഏതെങ്കിലും ഫോൺകോൾ വന്നുകൊണ്ടേയിരിക്കും."

"മിനിഞ്ഞാന്ന് റെയിൽവേ സ്റ്റേഷനിൽ പൊട്ടിയല്ലോ."

ക്യൂ സാവധാനം നീങ്ങാൻ തുടങ്ങിയിരുന്നു. ന്യായവില കടയിൽ പോയിട്ട് വളരെ ദിവസമായിരിക്കുന്നു. അവിടെയല്ലാതെ ഇങ്ങനെ ക്യൂ മറ്റെവിടേക്കും കാണാൻ പറ്റില്ല. മറ്റിടങ്ങളിൽ തള്ളിയും ബലപ്രയോഗം നടത്തിയും മുന്നേറുകയാണ് ചെയ്യുക. ന്യായവില കടയിലേക്ക് ദാമോദരനാണ് കൂടുതലും പോകാറ്. അവൻ ഇല്ലെങ്കിൽ മഹേന്ദ്രൻ. മഹേന്ദ്രനെകൊണ്ടാണ് ഓഫീസിലേക്കു വരാൻ ഇത്രയും താമസിക്കുന്നത്. അവനൊരു ജോലി കിട്ടിയിരുന്നെങ്കിൽ ഇത്രയും പ്രയാസമുണ്ടാകില്ലായിരുന്നു. അവൻ ഇന്ന് അമ്മയുമായി വഴക്കിലാണ്. അവർ തമ്മിലുള്ള വാക് പയറ്റിൽ വെങ്കട്ടയ്യക്ക് സങ്കടം തോന്നി. അയാളുടെ നേർത്ത ശബ്ദം അവിടെ അലിഞ്ഞുപോയി. ദീർഘനാൾ താമസിച്ച അതിഥിയെപ്പോലെ ലക്ഷ്മി വിചാരിക്കുന്നു. തന്റെമേൽ ആവശ്യമില്ലാതെ ഭാരങ്ങളൊക്കെ ചെലുത്തുകയാണെന്ന് മഹേന്ദ്രൻ വിചാരിക്കുന്നു. ഓരോരുത്തർക്കും സ്വയം തളരുകയല്ലാതെ വേറെ വഴിയില്ല. മഹേന്ദ്രനെ പുറത്തേക്കെവിടെയെങ്കിലും പറഞ്ഞയച്ചാലോ? ജോലികിട്ടി പുറത്തേക്കുപോയാൽ അവനും അൽപ്പം ആശ്വാസമായിരിക്കും. നിന്റെ ഇരിപ്പ് ഞങ്ങളെ സങ്കടപ്പെടുത്തുന്നു എന്നുപറഞ്ഞ് പുറത്തേക്കു തള്ളിവിടുന്നത് കഷ്ടമാണ്. എന്നാൽ ലക്ഷ്മി അവനെ തള്ളിക്കളയുന്നത് സങ്കടപ്പെടുത്തുന്നു.

ലക്ഷ്മി എന്താണ് ഇങ്ങനെ ആയിപ്പോയതെന്ന സങ്കടം അയാളെ എപ്പോഴും വേദനിപ്പിക്കും. മഹേന്ദ്രനോട് പാചകംചെയ്യാൻ പറഞ്ഞിട്ട് അവൾ കിടന്നുറങ്ങും. ജോലിയില്ലാത്തവനായതുകൊണ്ട് അവൻ ഇതൊക്കെ സഹിക്കണം എന്നു ലക്ഷ്മി എന്തുകൊണ്ടാണ് ആഗ്രഹിക്കുന്നത്. താൻ ചെയ്തതൊക്കെ മതി, ക്ഷീണിച്ചിരിക്കുന്നു എന്നതിന്റെ വിരക്തി

യാണോ? ഈ ക്ഷീണം! ഈ പ്രവർത്തി തുടങ്ങിയിട്ട് തന്നെ എത്ര വർഷങ്ങളായിരിക്കുന്നു.

കതകിൽ മുറുകെ പിടുത്തമിട്ടുകൊണ്ട് ഓരോരുത്തരെയായി അകത്തേക്കു കയറാനനുവാദം കൊടുത്തുകൊണ്ടിരുന്നയാളെ നോക്കി പുഞ്ചിരിച്ചു. അയാളുടെ മുഖം വലിഞ്ഞുമുറുകിയിരുന്നു. പിരിമുറുക്കം അയച്ചാൽ എല്ലാവരും രക്ഷപ്പെടുമെന്നതുപോലെയുണ്ടായിരുന്നു മുഖം. തിരിച്ചറിയൽ കാർഡ് പരിശോധിച്ചുകൊണ്ടിരുന്ന കാര്യം മനസിലായപ്പോൾ പരിഭ്രമിച്ചുപോയി.

"ഐഡന്റിറ്റി കാർഡ് പ്ലീസ്."

"ഇല്ല...."

"ഐഡിന്റിറ്റി കാർഡില്ലാതെ എന്തിനിങ്ങോട്ടു വന്നു?"

"മറന്നുപോയി."

"മറന്നെങ്കിൽ വരേണ്ടിയിരുന്നില്ല. പൊയ്ക്കോളൂ."

"അല്ല..... മറന്നതുതന്നെയാണ്."

"വെറുതെ മറ്റുള്ളവരുടെ സമയം നഷ്ടപ്പെടുത്തണ്ട."

"സാർ, മറന്നുപോയതാണ്."

"ശരിതന്നെ, നിങ്ങൾപോ......"

വെങ്കട്ടയ്യ അവിടെതന്നെ നിന്നു.

"റിക്രൂട്ടുമെന്റ് സെക്ഷനിൽ ഫോൺ ചെയ്ത് ചോദിച്ചുനോക്കൂ. പേര് വെങ്കട്ടയ്യ. സ്റ്റാഫ് നമ്പർ 3298."

"പറ്റില്ല. അതിനൊന്നും സാവകാശമില്ല. അവസ്ഥ വളരെ മോശമാണ്."

"ഒറ്റത്തവണ ഫോൺചെയ്യണേ."

"കാർഡില്ലാതെ വന്ന് പ്രാണനെടുക്കുന്നോ?" വാച്ചുമാന്റെ വലതു കൈ വെങ്കട്ടയ്യയുടെ ഷർട്ടിൽ പിടുത്തമിട്ടു. തളർച്ചയോടെ വാച്ചുമാന്റെ മുഖത്തേക്കു നോക്കി. മുഖം കുനിഞ്ഞുപോയി.

ഒരു ഇരുചക്രവാഹനം അരികത്തു വന്നുനിന്നു. അയാളുടെ ചുളിഞ്ഞ ഷർട്ടിലേക്കും മുഖത്തേക്കും കന്തസ്വാമി നോക്കി.

"എന്തുപറ്റി വെങ്കട്ടയ്യാ?"

"ഐഡന്റിറ്റികാർഡ് കൊണ്ടുവന്നില്ല."

"സ്ഥിതിഗതികൾ അൽപ്പം മോശമാണ്. അതുകൊണ്ടാണ് ഐഡന്റിറ്റി കാർഡ് ചോദിക്കുന്നത്. വാച്ചുമാൻ ഗുരുവയ്യാ..... പോകാൻ വിട്ടേക്ക്. നമ്മുടെ ഫ്രണ്ടാണ്."

"ശരി സാബ്....."

"കന്തസ്വാമി വളരെ നന്ദി."

"സാരമില്ലെന്നേ. പിന്നെ നമ്മൾ തമ്മിൽ സംസാരിക്കുമ്പോൾ നാടൻ ഭാഷയിൽ സംസാരിച്ചാൽ മതി. നമ്മുടെ ഭാഷ വേണ്ട. സ്ഥിതിഗതികൾ അത്ര നന്നല്ല. അതുകൊണ്ടാണ്."

കന്തസ്വാമിക്ക് മനസുനിറഞ്ഞ് നന്ദി പറഞ്ഞുതീരുന്നതിനുമുൻപ്,

അയാൾ പറഞ്ഞതുകേട്ട് വെങ്കട്ടയ്യ അന്ധാളിച്ചുപോയി. ഇവിടെ വന്നിട്ട് മുപ്പതു വർഷമായി. ഇവിടത്തെ ഭാഷയും പഠിച്ചു. എന്നാൽ നമ്മുടെ നാട്ടുകാരാണെന്നു മനസിലായാൽ തമിഴിൽ സംസാരിക്കും. കന്തസ്വാമി അങ്ങനെ പറഞ്ഞതിന് അർഥമുണ്ടെങ്കിലും കന്തസ്വാമിക്കും അങ്ങനെയായിരിക്കുമെന്നാണ് വിചാരിച്ചിരുന്നത്.

ഉൾപ്പാത നീണ്ടുകൊണ്ടിരുന്നു. പുൽത്തറയും മരങ്ങളും കടന്ന് പോവുക എന്നത് ഉന്നതമായനുഭവപ്പെട്ടു. ഇന്ന്, ഒന്നും ശ്രദ്ധിക്കാൻ മനസില്ലാതെ അയാൾ നടന്നു. കന്തസ്വാമിയെ ഓഫീസിലുള്ളവർക്ക് നന്നായറിയാം. പലിശയ്ക്ക് പണം കടംകൊടുക്കും. അതു വസൂലാക്കാൻ ചുറ്റിക്കറങ്ങും. എപ്പോൾ ചോദിച്ചാലും തരും. വെങ്കട്ടയ്യതന്നെ പല തവണ വാങ്ങിയിട്ടുണ്ട്. പണത്തിന്റെ ആവശ്യം വന്നാൽ കന്തസ്വാമിയുടെ മുഖമാണ് മനസിൽ തെളിഞ്ഞുവരിക. ഈ വാച്ചുമാൻകൂടി അയാളിൽനിന്നും പണം കടം വാങ്ങിയിട്ടുണ്ടാകാം. അതിനാൽ കന്തസ്വാമിയുടെ വാക്കുകൾ പൂർണമായി വിശ്വസിച്ച് തന്നെ അകത്തേക്കു കടത്തിവിട്ടിരിക്കുകയാണ്. അല്ലായിരുന്നെങ്കിൽ വീട്ടിലേക്കു തിരിച്ചുപോകേണ്ടി വന്നേനേ. മഹേന്ദ്രന്റെയും ലക്ഷ്മിയുടെയും മുറുമുറുപ്പുകൾക്കിടയിൽ മറ്റൊരു കല്ലായി ഇരിക്കേണ്ടിവരും. വീട് ഭദ്രമായതാണെന്നും സ്വാതന്ത്ര്യം നിറഞ്ഞതാണെന്നുമുള്ള വിചാരങ്ങളൊക്കെ നശിച്ചുപോയിരിക്കുന്നു. ചുരുണ്ടുകിടക്കാൻ മാത്രമായിട്ടുള്ള വീടിനെ അത്ഭുതവസ്തുവാക്കാൻ പറ്റുമോ? സ്കൂൾകുട്ടി സ്കൂൾവിട്ടയുടനെ പോകുന്ന ധൃതി. വാഞ്ഛ ഇനി വീടിനോടുണ്ടാവില്ലെ? വീട് സുരക്ഷിതമല്ലെങ്കിൽ മറ്റെവിടേക്കാണ് പോകേണ്ടത്? അയാൾക്ക് ഒരിക്കലും ഉത്തരം കിട്ടാറില്ല. ഈ ചോദ്യം മറ്റുള്ളവരോടു ചോദിച്ചാൽ ചിരിക്കുമോ? അല്ലെങ്കിൽ ഞങ്ങളും നിന്നെപ്പോലെ തന്നെയാണെന്നു പറയുമോ? ഇതൊക്കെ ചോദിച്ച് ഉത്തരം ലഭിക്കാനായി ആളില്ലാതെ പോയതിനെക്കുറിച്ചോർത്ത് എന്നും വ്യാകുലപ്പെടാറുണ്ട്.

അയാൾ നാലാം നിലയിലെത്തി. വീഥികളും വാഹനങ്ങളുടെ പാച്ചിലും കണ്ണിൽപ്പെട്ടു. ഇത്രയും ദൂരെ വന്നതിനുശേഷവും ജനത്തിരക്ക് അറിയാനായി. ഇത്രയും തിരക്കിനിടയിൽ തന്റെ തിരിച്ചറിയൽ കാർഡ് ചോദിച്ച് താനാരാണെന്നന്വേഷിച്ചത് ശരിയായി തോന്നി. ഓരോരുത്തരും ഏതൊക്കെയോ അടയാളങ്ങൾ പേറിയാണ് നടക്കുന്നതെന്നു തോന്നി.

ആറ്

മല്ലിയെ കണ്ടാൽ അൽപ്പം ആശ്വാസം ലഭിക്കുമെന്ന് മഹേന്ദ്രനു തോന്നി. ഇപ്പോഴൊന്നും അവൾ കണ്ണിൽപ്പെടാറേയില്ല. തന്നെ കണ്ട് എന്തിനോ ഭയക്കുന്നതായി മാത്രം അറിയാൻ കഴിഞ്ഞു. ജോലിയില്ലാത്തവനുമായി സഹവാസത്തിൽ ഏർപ്പെടുന്നത് എന്തോ ഒരു ഗൗരവക്കുറവായി മനസിന്റെ ഏതോ മൂലയിൽനിന്നും അവൾക്കും തോന്നിത്തുടങ്ങിയോ എന്ന് അവൻ ചിന്തിക്കാറുണ്ട്.

അവന്റെ കഴിഞ്ഞ ജന്മദിനത്തിൽ അവളെ കണ്ടുമുട്ടിയത് ഒരിക്കലും മറക്കാനാവാത്തതാണെന്ന് അവൻ അവളോട് ആവർത്തിച്ചു പറഞ്ഞുകൊണ്ടിരുന്നു. അന്നു പതിനൊന്നു മണിക്ക് മഹേന്ദ്രന് തപാലിൽ ഒരു കവർ വന്നു. മല്ലികയുടെ കൈയക്ഷരമാണെന്നു മനസിലായപ്പോൾ അവൻ വേഗം കവർ പൊട്ടിച്ചു. ജന്മദിനാശംസകളാണ്. പന്ത്രണ്ടു മണിക്ക് നേരിട്ടുജന്മദിനാശംസ നേരാനായി സ്കൂൾ ഗാർഡനിൽ കാത്തിരിക്കും എന്ന വാചകങ്ങൾ. അവനാകെ കോരിത്തരിച്ചുപോയി. ആകാശത്തുകൂടി പറക്കുന്നതുപോലെ അവനു തോന്നി. എന്തെങ്കിലും വാങ്ങിക്കൊണ്ടുപോയാൽ നന്നായിരിക്കും. ലക്ഷ്മി കിടക്കുകയാണ്. ഉണർത്തിയാൽ ദേഷ്യപ്പെടും. വേറെ വഴിയില്ലാത്തതിനാൽ മെല്ലെ തൊട്ടുകുലുക്കി.

"അമ്മേ, ഒരു പത്തുരൂപയുണ്ടെങ്കിൽ താ....."

"എന്തിനാ...."

"വേണം."

"എന്തിനാണെന്നു പറഞ്ഞാലേ തരൂ."

"വേണമമ്മേ..... സിനിമ കാണാൻ, കാപ്പികുടിക്കാൻ, സ്വീറ്റ് വാങ്ങാനെന്ന് ഏതെങ്കിലും ഒന്ന്. കാരണം പറഞ്ഞേ തീരുവോ.....?"

"അതെ, പറഞ്ഞാലേ തരൂ."

"ഇന്ന് എന്റെ പിറന്നാളാണ്. എന്തെങ്കിലും വാങ്ങണം."

ലക്ഷ്മിയുടെ കണ്ണുകൾ നിറഞ്ഞൊഴുകി.

"നിനക്ക് ഒന്നും ഉണ്ടാക്കിത്തരാനായില്ല. നോക്ക്... ഇന്നത്തെ ദിവസം തന്നെ നോക്കി ഈ ചെന്നിക്കുത്ത് കഷ്ടപ്പെടുത്തുന്നത്..."

"സാരമില്ലമ്മേ......"

"എന്തെങ്കിലും ഒരു ശല്യം എന്റെ കൂടെ തന്നെയുണ്ടാകും. ഇതാണ് നിന്നെ വീട്ടുവേലക്കാരനാക്കിയത്. ഇങ്ങനെയൊരു നല്ല നാളിൽ ഒന്നും ഉണ്ടാക്കിത്തരാൻ വയ്യാതായിപ്പോയല്ലോ. നിന്റെയപ്പന് ഓർമയുണ്ടായിരുന്നോ? നിനക്കെങ്കിലും ഓർമിപ്പിക്കാമായിരുന്നില്ലെ? ഒരുനിമിഷമെങ്കിലും സന്തോഷിച്ചിരുന്നേനെ." അവൾ ചുവരിൽപിടിച്ചുകൊണ്ടെഴുന്നേറ്റു. അവന്റെ നെറ്റിയിൽ ചുംബിച്ചു. ഇടുപ്പിൽ തിരുകിവച്ചിരുന്ന തുണിസഞ്ചിയിൽനിന്നും ഇരുപത് രൂപാ എടുത്തുനൽകി. വീണ്ടും ചുംബിച്ചു.

അമ്മയുടെ സ്പർശന സുഖമറിഞ്ഞിട്ടുതന്നെ എത്രയോ വർഷമായിരിക്കുന്നു എന്നവനോർത്തു. അവരുടെ ദേഹത്തെ ചൂട് നെറ്റിയിലൂടെ ദേഹത്തേക്കിറങ്ങി ഒരുതരം സുഖം നൽകുന്നതായി അവനറിഞ്ഞു. അവൾ ഇങ്ങനെ കിടന്നുകൊണ്ടേയിരിക്കുന്നതിനാൽ ആണ് ഇളം ചൂടെന്നവൻ വിചാരിച്ചു. അമ്മ ഇങ്ങനെ ദിനവും ഒരു തവണ തോളിൽ തട്ടിയോ, കൈകുലുക്കിയോ, ചുംബിച്ചോ തനിക്ക് ജീവൻ നൽകിയാൽ എത്ര നന്നായിരുന്നേനെ. അതിനുള്ള സന്ദർഭങ്ങൾ ഇല്ലാതായതാണോ? അല്ലെങ്കിൽ ഇതൊക്കെക്കൂടി സംഭവിക്കാതിരിക്കുന്നതാണോ എന്നൊക്കെ ഓർത്തപ്പോൾ അവനു ദുഃഖം തോന്നി.

"അമ്മേ...... മല്ലി ഗ്രീറ്റിങ്സ് അയച്ചിട്ടുണ്ട്."

"ശ്ശെടാ...... നിന്റെ ഫ്രണ്ട് നിന്നെ മറന്നില്ലല്ലോ. അവൾക്ക് ഒരു ജോലി കിട്ടി. ഗ്രീറ്റിംങ്സ് അയയ്ക്കാൻ മനസിന് ധൈര്യം വന്നിരിക്കുന്നു. നിനക്ക് എപ്പോഴാണാവോ കിട്ടുക."

"മല്ലിയെ കണ്ടിട്ടു വരാം."

മല്ലി അയച്ച ആശംസാകാർഡ് അവൻ ലക്ഷ്മിക്കു നൽകി. അതിലെ ആശംസകൾ എഴുതിയ കടലാസ് അവൻ കൈയിൽ വച്ചു.

സ്കൂൾ ഗാർഡൻ വിശാലമായതായിരുന്നു. പച്ചപ്പുല്ലുകളും മരങ്ങളും നിറഞ്ഞ് നല്ല തണുത്ത അന്തരീക്ഷം. ചിലർ ഉറങ്ങിക്കൊണ്ടിരുന്നു. അവരുടെ ശരീരം തൊട്ടാൽ തണുത്തിരിക്കും. അവനും പലദിവസങ്ങൾ അവിടെ കിടന്നിട്ടുണ്ട്. ഇപ്പോൾ ബസിൽ ഇവിടേക്കുവരാൻ പറ്റുന്നില്ല. എന്നാൽ മല്ലി വരാൻ പറഞ്ഞപ്പോൾ അവന് വളരെ സന്തോഷം തോന്നി.

അവൾ മരത്തിലേക്ക് ചാരിയിരുന്നു. അതെന്തു മരമായിരിക്കുമെന്നവൻ ആലോചിച്ചു നോക്കി. തെങ്ങിന്റെ ഉയരമുണ്ടായിരുന്നു. ഈന്തപ്പനയായിരിക്കാം. അവൻ ഗെയിറ്റിന് അഭിമുഖമായി ഇരുന്നു.

കേക്കിന്റെ ഒരു ചെറിയ പായ്ക്കറ്റ് കൈയിലുണ്ടായിരുന്നു. നാലെണ്ണം വാങ്ങിയത് അധികമായിപ്പോയതായി അവന് തോന്നി. രണ്ടെണ്ണം

വാങ്ങിയാൽ മതിയായിരുന്നു. അല്ലെങ്കിൽ പത്തു ചോക്കലേറ്റ് മതിയായിരുന്നു. ബാക്കി കാശുകൊണ്ട് സിനിമ കാണാമായിരുന്നു. സാരമില്ല. അവൻ സമാധാനിച്ചു.

ഇരുപതു മിനിട്ടിലധികമായിരിക്കും. അല്ലെങ്കിൽ, വാച്ചില്ലാത്തതിനാൽ ആകാശത്തേക്കും പ്രാവുകളെയും കണ്ടുകൊണ്ടിരുന്നതിനാൽ നിമിഷങ്ങൾ യുഗങ്ങളായി തോന്നുന്നതാണോ? എപ്പോഴോ അയച്ചതായിരിക്കാം കാർഡ്. മല്ലി ഇന്നത്തെ ദിവസത്തെക്കുറിച്ച് മറന്നുപോയിരിക്കുമോ. എന്തായാലും കുറച്ചു നേരംകൂടി കാത്തിരിക്കാം. പുല്ലിൽ വന്നിരുന്നവർ അൽപ്പം കഴിഞ്ഞപ്പോൾ കിടന്നുറങ്ങി. അവനും കിടന്നു. നനവ് അധികമുള്ളതായി തോന്നി. ഷർട്ട് വെറുതെ ചീത്തയായിപ്പോകുമോ എന്നവൻ ഭയന്നു. പരിഭ്രമിച്ചു.

മല്ലിക്ക് വേറെന്തെങ്കിലും തിരക്കിട്ട ജോലിയുണ്ടായിരിക്കുമോ? ഓഫീസിൽനിന്നും അനുവാദം ലഭിച്ചിരിക്കില്ലേ? എന്തൊക്കെയാണെങ്കിലും അവൾ ഇങ്ങനെ അവഗണിക്കരുതായിരുന്നു. പോകുന്നവരോടും വരുന്നവരോടും ഒക്കെ അവൻ സമയം ചോദിച്ചു. അവൾ പറഞ്ഞതിനേക്കാളും ഒരു മണിക്കൂർ അധികം കടന്നുപോയിരിക്കുന്നു. ഇനി അവൾ വരില്ല. ഈ കേക്കുകൾ ഒറ്റയ്ക്കു തിന്നണമല്ലോ എന്നോർത്തപ്പോൾ കൂടുതൽ ദുഃഖം തോന്നി. അവളുടെ കാർഡ് ഇന്നു വരേണ്ടിയിരുന്നില്ല. അല്ലെങ്കിൽ രണ്ടുദിവസം കഴിഞ്ഞുകിട്ടിയാൽ മതിയായിരുന്നു. കൃത്യസമയത്തു ലഭിച്ചതിന്റെ സന്തോഷം പെട്ടെന്നു നഷ്ടപ്പെട്ടുപോയി. അവൻ വീണ്ടും വീണ്ടും ഗേറ്റിലേക്കു നോക്കി.

അകത്തേക്കുവരുന്ന ഓട്ടോകളിൽ ഇരുന്നിരുന്നവരുടെ മുഖങ്ങളിൽ അവളുടെ മുഖവും ഉണ്ടായിരുന്നു. പെട്ടെന്ന് എഴുന്നേറ്റിരുന്നു. ആകെ മുഷിഞ്ഞുപോയിരുന്നു. അവൻ കണ്ണുകളടച്ച് മരത്തിൽ ചാരിയിരുന്നു. പിന്നെ കണ്ണുകൾ തുറന്നു.

"പിറന്നാളാശംസിക്കുന്നതിനുമുൻപ് സോറി പറയേണ്ടി വന്നതിൽ ഖേദിക്കുന്നു."

"സാരമില്ല. അവസാനം വന്നല്ലോ."

മ്യൂസിയത്തിനടുത്തുകൂടി അവർ നടന്നു. അവിടവിടെ മരച്ചുവട്ടിൽ ചിലർ ഇരുന്നിരുന്നു. വെയിൽവീഴുന്ന പുൽത്തറയിൽ എവിടെയെങ്കിലും ഇരിക്കേണ്ടിയിരിക്കുന്നു. അവർ മ്യൂസിയത്തിനകത്തേക്കു കടന്നു.

വൈദ്യുതിയുണ്ടായിരുന്നില്ല. കണ്ണാടിപ്പെട്ടിയിൽ വച്ചിരുന്ന മമ്മി (ജഡം) ഇരുട്ടിൽ കരിക്കട്ടപോലെ കാണപ്പെട്ടു.

"ഇതൊക്കെ എന്തു കാണാനാണ്..... വാ പോകാം."

"വന്നതിന് ഒന്നു ചുറ്റിക്കറങ്ങീട്ടു പോകാം."

നേർത്ത ഇരുട്ടിൽ കാവൽക്കാരൻ രൂപങ്ങളെ തുറിച്ചുനോക്കിക്കൊണ്ടിരുന്നു.

ഹാന്റ്ബാഗ് തുറന്നു മല്ലി ചോക്കലേറ്റെടുത്തു. "ജന്മദിനാശംസകൾ" അവൾ പറഞ്ഞുകൊണ്ട് അവന്റെ വായിലേക്ക് ചോക്കലേറ്റ് തിരു

കിക്കൊടുത്തു. പകുതി അവൾക്ക് നൽകാമായിരുന്നു എന്ന ചിന്ത ചോക്കലേറ്റ് നുണയുമ്പോൾ അവനു തോന്നി. അവൻ സങ്കടപ്പെട്ടു. അവന്റെ ചുണ്ടിൽ അവൾ ചുംബിച്ചു. അവന് രോമാഞ്ചമുണ്ടായി. കൈകളിലും കവിളത്തും ചുംബിച്ചിട്ടുണ്ട്. ചുണ്ടിൽ ചുംബിക്കുന്നത് ഇത് ആദ്യമായാണ്. അവൾ ഒരു പേന എടുത്ത് അവനു നൽകി. അതിന്റെ മരക്കളർ അവന് ഇഷ്ടപ്പെട്ടു. ഒന്നുംപറയാതെ അവളെതന്നെ നോക്കി. അവളുടെ കണ്ണുകൾ തിളങ്ങിക്കൊണ്ടിരുന്നു. കാവൽക്കാരന്റെ കൈയിലെ വടി എവിടെയോ തട്ടി ശബ്ദമുണ്ടാക്കി. അയാളുടെ തലവെട്ടം കണ്ടു. അവർ അവിടെനിന്നും നീങ്ങി.

"എന്തെങ്കിലും വാങ്ങണമെന്നു കരുതിയിരുന്നു. കർച്ചീഫ് നൽകിയാൽ പിരിയേണ്ടിവരുമെന്ന് പറഞ്ഞുകേട്ടിട്ടുണ്ട്. പേഴ്സ് വാങ്ങാമെന്നു വിചാരിച്ചു. നീ സമ്പാദിക്കുന്ന കാലത്താകട്ടെയെന്നു വച്ചു. ഈ പേന വാങ്ങി. ഇതുകൊണ്ട് ധാരാളം പരീക്ഷകൾ എഴുതണം. പാസാകണം. ധാരാളം ആപ്ലിക്കേഷനുകൾ പൂരിപ്പിക്കണം." പറഞ്ഞിട്ട് മല്ലി ചിരിച്ചു. അവളുടെ ആലങ്കാരികത അവളെ തുറിച്ചുനോക്കാൻ പ്രേരിപ്പിച്ചു. അവൾ പുരികങ്ങൾ സുന്ദരമായി വെട്ടിയൊരുക്കിയിരുന്നു. മൂക്കുത്തി തിളങ്ങിക്കൊണ്ടിരുന്നു.

"അടുത്തവർഷം പെഴ്സ് സമ്മാനമായിതരാം."

"അപ്പോൾ അതിനകം എനിക്ക് ജോലി ലഭിക്കുമോ?"

"തീർച്ചയായും....."

"നിന്റെ വിശ്വാസമാണ് എനിക്ക് സന്തോഷം തരുന്നത്."

അടുത്തവർഷത്തെ ജന്മദിനത്തിന്റന്ന് മല്ലിയുടെ ആശംസാകാർഡ് വരുമോ? വന്നാലും കാണാം എന്ന സന്ദേശം ഉണ്ടാവില്ല. വെറും ആശംസാകാർഡ്. ഈ ഒരു വർഷക്കാലത്തെ കണ്ടുമുട്ടൽ വളരെ കുറഞ്ഞുപോയിരിക്കുന്നു. അവളുടെ ഓഫീസിന്റെ വാതിൽക്കൽപോയി നിൽക്കുന്നതും കുറ്റബോധം തോന്നിച്ചു. അവനെ കണ്ട് അവൾ ഞെട്ടിയ നേരങ്ങളാണ് അധികവും. അവളുടെ വാടിയ മുഖം കാണാൻ പ്രയാസമായിരുന്നു. അവളുടെ അവസ്ഥ അവൻ മനസിലാക്കി. ദൂരെനിന്നും അവളെ കാണുന്നത് ആശ്വാസമേകി.

അടുത്ത ജന്മദിനത്തിന് അവളെ കണ്ട് കർച്ചീഫ് സമ്മാനമായി നൽകാം. വേർപാടിന്റെ അടയാളമാണെന്നു പറയാം. അല്ലെങ്കിൽ അവൾ സമ്മാനം നൽകിയാലും കർച്ചീഫായിരിക്കും സമ്മാനിക്കുക എന്നവൻ ദൃഢമായി വിശ്വസിച്ചിരുന്നു.

ഏഴ്

ദാമോദരന്റെ കൈയിലുണ്ടായിരുന്ന പേന നേരെ ഉള്ളം കൈയിലേക്കു പോയി. മറ്റേ കൈകൊണ്ടു തൊടാതെ അത് ഉള്ളം കൈയിൽ തന്നെ നിന്നു. വായുവിലേക്ക് കൈ ഉയർത്തിയപ്പോഴും പേന വീഴാതെ തന്നെ നിന്നു. കുട്ടികൾ കണ്ണെടുക്കാതെ നോക്കിക്കൊണ്ടു നിന്നു.

"ഇനി പേന എങ്ങനെയാണ് നിർത്തുന്നത് എന്ന് റെഡ്ഡി കാണിക്കണം." റെഡ്ഡി എഴുന്നേറ്റു. അവന്റെ ഉള്ളംകൈയിൽ പേന വച്ചുകൊടുത്തു. അത് വഴുതി നിലത്തേക്കു വീണു. കുട്ടികൾ ചിരിച്ചു. റെഡ്ഡിയുടെ മുഖം വിളറി.

"റെഡ്ഡി ചെറിയ കുട്ടിയാണ്..... നോക്ക് റോഷിനി, നീ ചെയ്യ്." അവൾ പാവാട ചുരുട്ടിക്കുത്തി നാക്കു വായിൽനിന്നും പുറത്തേക്കു നീട്ടി. കണ്ണുകൾ വികസിച്ചു. പേന വാങ്ങി തിരിച്ചും മറിച്ചും നോക്കി. ഉള്ളം കൈയിൽ വച്ചു. അത് ഉരുണ്ട് നിലത്തേക്കു വീണു. തിണ്ണയിൽ ഇരുന്നിരുന്ന സുധാകർ അതു പിടിക്കാനായി കൈനീട്ടിയപ്പോൾ തിണ്ണയിലേക്കു മറിഞ്ഞുവീണു. ദാമോദരൻ പരിഭ്രമിച്ച് സുധാകറെ വാരിയെടുത്തു. സുധാകർ കരയാൻ തുടങ്ങി.

ഇങ്ങനെയാരെങ്കിലും കരയാനാരംഭിച്ചാൽ മാജിക്കോ കളിയോ അവസാനിച്ചുവെന്നാണ് അർഥം. കുട്ടികൾ സ്ഥലംവിടാൻ തുടങ്ങിയിരുന്നു. സുധാകർ ദാമോദരന്റെ മടിയിൽ സുഖം കണ്ടവനെപ്പോലെ ഇരുന്നിരുന്നു. ദാമോദരൻ അവന്റെ മുടിയിഴകളിലൂടെ വിരലോടിച്ചു.

"എന്താ ഇങ്ങനെ വീണത്. ഭൂതം കൈയിലുള്ള മല കമഴ്ത്തിയതുപോലെ."

"ഉം..... പിന്നെ."

"മല കമഴ്ന്നു പോയി."

"കമഴ്ന്നാൽ എന്തു സംഭവിക്കും?"

"ജനങ്ങളെല്ലാം താറുമാറായി ചിതറിക്കിടക്കും. വെള്ളത്തൊട്ടിയിലുണ്ടായിരുന്ന വെള്ളമൊക്കെ കമഴ്ന്നുപോയി. അത് മറ്റൊരു ലോകം പോലെ ആയിപ്പോയി. എവിടെ നോക്കിയാലും മനുഷ്യരൊക്കെ തല കീഴായി കിടക്കുന്നു."

"പിന്നെങ്ങനാ ഭക്ഷണം കഴിക്കുന്നത്, കുളിക്കുന്നത്?"

"എല്ലാം തലകീഴായിപ്പോയതിനുശേഷം എന്തിനു ഭക്ഷണം കഴിക്കുകയും കുളിക്കുകയും ചെയ്യണം."

"ഛീ.... ഛീ.... അങ്ങനെയും ഇരിക്കാനാകുമോ?"

"ഉണ്ടല്ലോ. ഞാനൊക്കെയില്ലെ. തലകീഴായിപ്പോയ ജീവിതമല്ലേ. ഇങ്ങനെ കഴിയുന്നതിൽ സുഖമൊന്നും ഇല്ലെങ്കിലും അതാതിന്റെ പാട്ടിനു പോകുന്നു."

"ശരി."

"ഇനി നീയൊരു കഥ പറയ്."

"ശരി. ഒരു നാട്ടിൽ ഒരു ഭൂതം ഉണ്ടായിരുന്നു. അതൊരു മലയെ തലകീഴായി കമഴ്ത്തി. എല്ലാവരും താഴേക്കു വീണു......"

"അമ്മാവാ, ഇവൻ നിങ്ങൾ പറഞ്ഞതുതന്നെ തിരിച്ചുപറയുകയാണ്."

"പറയട്ടെ."

"വേണ്ടമ്മാവാ. പുതിയ കഥയുണ്ടെങ്കിൽ പറയ്...."

"ഞാൻ വേറെ മാജിക് പറഞ്ഞുതരണമെന്നു വിചാരിച്ചിരുന്നു. ഇവൻ താഴെ വീണല്ലോ. അതുകൊണ്ടാണ് പറയാതിരുന്നത്. അവൻ വീണതിനുശേഷം പറയുന്നതും നല്ലതല്ല. ഇനി മറ്റൊരു ദിവസം."

"എന്തു മാജിക്കാണ്?"

"മായയായി പോകുന്ന കൊക്ക്."

"കൊക്കിനെത്തന്നെ കൊണ്ടുവരാൻ പോകുവാ...."

"അതെ....."

"കൊക്കിനെ എവിടെയാ മറയ്ക്കുക?"

"ഷർട്ടിനകത്ത്."

"ഷർട്ട് കീറിയതാണല്ലോ. മറയ്ക്കാൻ പറ്റുമോ?"

"അതെയതെ..... അതും കഷ്ടംതന്നെ. ഏതെങ്കിലും ചെറിയ വസ്തു മറയ്ക്കട്ടെ."

ലക്ഷ്മി വന്ന് കതകിനരികിൽ നിന്നിരുന്നു. അവൾ കുട്ടികളെ നോക്കിക്കൊണ്ടു നിന്നു. കണ്ണുകൾ വീഥിയിലേക്കും പാഞ്ഞു. വീടുകളിലെ തിണ്ണകൾ, അടച്ചകതകുകൾ. എല്ലാവരും ഉറങ്ങുകയായിരിക്കുമെന്നവൾ വിചാരിച്ചു. ഏതോ ഒരു സംജ്ഞ കാണിച്ചാൽ മതി എല്ലാവരും ഞൊടിയിടയിൽ വന്ന് തിണ്ണകളിലും കതകിനടുത്തും നിൽക്കും. ആ സംജ്ഞയ്ക്കടിമപ്പെട്ടവളല്ല താനെന്ന് അവൾക്ക് ഉറപ്പുണ്ട്. അപൂർവമായി അങ്ങനെ അവൾ വന്നുനിൽക്കുന്നതു കാണുമ്പോൾ ചിലർ ശ്രദ്ധിക്കും.

ദാമോദരൻ ക്ഷീണിതനായതുപോലെ ചുവരിലേക്കു ചാരി കണ്ണുകൾ അടച്ചു. അവിടവിടെ പൊട്ടിപ്പോയ കളിമൺ പ്രതിമപോലെയുണ്ടായിരുന്നു അയാളുടെ രൂപം. ഗാഢനിദ്രയിലായതുപോലെ കാണപ്പെട്ടു. പെട്ടെന്നു കണ്ണുകൾ തുറന്ന് അവൻ നാലുപാടും നോക്കി. അയാൾ ലക്ഷ്മിയെ നോക്കി. തേഞ്ഞ പല്ലുകൾക്കിടയിലൂടെ പുഞ്ചിരിച്ചു.

ആ പുഞ്ചിരി എപ്പോഴും അവന്റെ മുഖത്തുണ്ടായിരുന്നെങ്കിലെന്ന് ലക്ഷ്മി വിചാരിച്ചു. അത് പുഞ്ചിരിയാണെന്ന് കണ്ടുപിടിക്കാനാവാത്ത തരത്തിൽ രോമം നിറഞ്ഞ, ചുളിവുകൾവീണ മുഖത്തിന്റെ ഒരരികിൽ കിടന്നിരുന്നു. ദാമോദരൻ അപൂർവമായേ വായ തുറന്നു ചിരിക്കാറുള്ളൂ. പല്ലുകൾ കൊഴിഞ്ഞ കടവായ് രോമംനിറഞ്ഞ ഏതോ ഒരു ജീവിയെപ്പോലെ തോന്നിച്ചു.

"എന്താ ഭക്ഷണം കഴിക്കുന്നോ?"

കുറച്ചു മുൻപുവരെ അയാളുടെ കൂടെ കളിച്ചുകൊണ്ടിരുന്ന കുട്ടികളെ അന്വേഷിക്കുന്നതുപോലെ അയാളുടെ കണ്ണുകൾ ചുറ്റും പരതി.

"എന്താണമ്മാ."

"വല്ലതും കഴിക്കുന്നോ?"

"ശരി....."

അയാൾ തിണ്ണയിൽതന്നെ ചമ്രം പടിഞ്ഞിരുന്നു. കൈകൾ ഷർട്ടിൽ തുടച്ചു.

"ഇവിടെയോ.... വേണ്ട അകത്തുവന്നിരിക്ക്."

"സാരമില്ലമ്മാ, ഇവിടെ മതി."

"തിണ്ണയിലിരുന്നു കഴിക്കാൻ നാണമില്ലേ?"

"നാണമൊക്കെ പോയമ്മാ."

"ഓരോരോപാത്രമായി തിണ്ണയിലേക്കെടുത്തുകൊണ്ടുവരാൻ എനിക്കു ബുദ്ധിമുട്ടാണ്."

"കുറച്ചു ചോറും കുറച്ചു പരിപ്പും കടലാസിൽ വച്ചു തന്നാൽ മതി."

ഇല കീറിയിരുന്നു. ചോറും പരിപ്പും വിളമ്പി അവന്റെ മുന്നിൽ കൊണ്ടുവന്നു വച്ചു. അയാൾ ധൃതിയിൽ തിന്നാൻ തുടങ്ങി. വിശപ്പിന്റെ വേഗത കൺമുന്നിൽ കണ്ടപ്പോൾ അവൾക്ക് കഠിനമായി അനുഭവപ്പെട്ടു.

എട്ട്

തടാകത്തിന്റെ വലതുഭാഗത്തുണ്ടായിരുന്ന ശിലകൾ തകർന്നു കിടന്നിരുന്നു. കുതിരയെ ഓടുന്നയാൾ, വാൾ ചുഴറ്റുന്നവൻ, പുസ്തകത്തിനകത്ത് മുഖം പൂഴ്ത്തിയവൻ, ഊന്നുവടി ഊന്നിനടക്കുന്നയാൾ, വാദ്യോപകരണം വായിക്കുന്നയാൾ, സംസാരിച്ചുകൊണ്ടിരിക്കുന്നയാൾ, കസേരയിൽ ഇരിക്കുന്നയാൾ അങ്ങനെ എത്ര പ്രതിമകൾ. എല്ലാ പ്രതിമകളും തകർന്നു കിടക്കുന്നു.

"എന്തിനാണ് പ്രതിമകൾ തകർക്കുന്നത്?"

"ഇതൊക്കെ എന്തിനാണ്?"

"ആദർശം, വിപ്ലവം."

"ഇവരാണോ ആദർശം പ്രചരിപ്പിക്കാൻ പോകുന്നത്. ഇവരുടെ പൗരുഷം എന്തു നല്ല കാര്യമാണ് ചെയ്തിരിക്കുന്നത്? പോകുന്ന പോക്കിൽ എല്ലാം സംഭവിക്കുന്നു. ഇവർ അങ്ങിങ്ങു വന്നുപോകുന്നവരാണ്."

"വന്നു പോകുന്നവർക്കായി ശിൽപ്പങ്ങളോ?"

"വെറും ശിൽപ്പങ്ങളാണെങ്കിൽ സാരമില്ല. ആരാധിക്കാനുള്ള ശിൽപ്പങ്ങളായിരിക്കുന്നു. പീഠം പണിതുകൊടുത്ത് അതിൻമേൽ ഇരുന്ന് ഇവയെ പൂജിക്ക്..... പൂജിക്ക്.... എന്നുപറഞ്ഞ്....." ആ ചെറുപ്പക്കാരന്റെ കൈയിൽ ചുറ്റികയുണ്ടായിരുന്നു. അവൻ ശിൽപ്പങ്ങളിലേക്ക് ആഞ്ഞടിച്ചു. "ഈ കൈകൾ എത്ര കൈകളെ അറുത്തിരിക്കും. ആ കാലുകൾ എത്ര പേരെ തൊഴിച്ചിരിക്കും. എത്ര കാലം രക്തം കുടിച്ചതാണ് ഈ വയറ്. തലയിൽ ചൂടിയ കിരീടങ്ങൾ എത്രയാണ്. കൈയിൽ ഏന്തിയ ചെങ്കോലുകൾ എത്രയാണ്. ഇതെല്ലാം സുഖത്തോടെ നീ കാണ്..... നീ കാണ്..... എന്നതുപോലെ....."

ശിൽപ്പങ്ങൾ തകർക്കുന്നത് അത്രയെളുപ്പമല്ല എന്നു മനസിലാക്കി യവനെപ്പോലെ പല തലമുറകളുടെയും കോപത്തെ ആവാഹിച്ചുകൊണ്ട് കൈകൾ ആഞ്ഞുവീശി.

തകർന്നുവീഴുന്നത് കാണാൻ അവന് നല്ല സന്തോഷം തോന്നി. ചെറു ചെറു കഷണങ്ങളായി അവ ചിതറുന്നതുവരെ ആഞ്ഞടിക്കണമെന്നു തോന്നി. ശിൽപ്പങ്ങൾ ഇല്ലാത്ത പുൽപ്രദേശം എത്ര രമ്യമായിരിക്കുമെന്നവൻ ആലോചിച്ചു നോക്കുന്നതുപോലെ ദൃഷ്ടികൾ പായിച്ചു. യാതൊരു തടസങ്ങളും ഇല്ലാത്ത പുൽപ്രദേശം. തടാകത്തിലെ കാറ്റ് ശരീരത്തെ തഴുകി പുല്ലിലേക്ക് പടരും. മെല്ലെ തഴുകി നീയാരാണെന്ന് കാതിൽ മന്ത്രിച്ചിട്ട് കടന്നുപോകും. നിന്നെ തഴുകിയിട്ട് എത്രനാളായി എന്നു ചോദിച്ചിട്ട് തെന്നിപ്പോകും.

പെട്ടെന്ന് ശ്വാസം ഉള്ളിലേക്കെടുത്തുകൊണ്ട് ആ ചെറുപ്പക്കാരൻ വായ തുറന്നു. നീണ്ട ചുമ. കുടൽമാല വായിലോളം എത്തുന്നവിധത്തിലുള്ള ചുമ. തഴുകിയ കാറ്റാണോ ഈ ചുമയെയും ശ്വാസംമുട്ടലിനെയും കൊണ്ടുവന്നത്? തടാകം കരിപൂശിയതുപോലെ കാണപ്പെട്ടു. ദൂരെനിന്നും വരുന്ന അഴുക്കുചാലുകൾ തടാകത്തെ തൊട്ടുരുമ്മി. ബഹുനില കെട്ടിടങ്ങളിലെ വിളക്കുവെളിച്ചം തടാകത്തിൽ വീണുകിടന്നു.

കാറ്റിനെ കൈകൾകൊണ്ടു തടഞ്ഞു നോക്കി. എന്നാൽ ശ്വാസം മുട്ടിക്കുന്ന കാറ്റ് വീശിക്കൊണ്ടേയിരുന്നു. കാറ്റെന്നു കേൾക്കുമ്പോൾ ആനന്ദിച്ചിരുന്ന മനസ്സ് ഇപ്പോൾ പേടിക്കുന്നു. വലിയൊരു മതിൽകെട്ടി കാറ്റിനെ തടയണമെന്നു തോന്നി.

തകർന്ന ശിൽപ്പങ്ങളെ നോക്കിക്കൊണ്ട് മഹേന്ദ്രൻ നടന്നു. തകർന്ന ഭാഗങ്ങളിൽ തന്റെ ശരീരഭാഗങ്ങൾ ചേർത്തുവയ്ക്കണമെന്നവനു തോന്നി. തകർന്ന കൈകൾ ബലമുള്ള പല്ലുകൾപോലെ ഒട്ടിനിന്നു. തലകൾ എവിടേക്കും സ്ഥാപിക്കാനാവില്ലെന്നു തോന്നി. ഓരോ ശിൽപ്പങ്ങളിൽനിന്നും ഓരോ ഭാഗങ്ങളെടുത്ത് അവൻ ചേർത്തുവച്ചു. അത് വിചിത്രരൂപമായി കാഴ്ച നൽകി. ശിൽപ്പങ്ങൾ തകർത്ത ചെറുപ്പക്കാരൻ അവന്റെ നേർക്ക് വന്നുകൊണ്ടിരുന്നു. അവൻ തകർക്കുന്നതിനു മുമ്പ് ഇതിനെ വേർപെടുത്തിയിടും. അവൻ ശിൽപ്പത്തെ പിടിച്ചുകുലുക്കി വേർപെടുത്താൻ ശ്രമിച്ചു. എന്നാൽ അവ വേർപെടാതെ ഇളകിക്കൊണ്ടു നിന്നു.

ഒൻപത്

കടകളൊക്കെ അടഞ്ഞുകിടന്നിരുന്നു. ആൾനടമാട്ടവും വളരെ കുറവേ ഉണ്ടായിരുന്നുള്ളൂ. വലിയ കരിങ്കൽ കൂനകൾപോലെ വാഹനങ്ങൾ കിടന്നിരുന്നു. വാഹനങ്ങൾ ഓടാത്ത വീഥി ആകർഷകമായി തോന്നി. കണ്ണെത്തും ദൂരെവരെ റോഡ് വ്യക്തമായി കാണാൻ കഴിഞ്ഞു. അവിട വിടെയായി പൊലീസുകാരെയും കാണപ്പെട്ടു.

ആളുകളൊക്കെ വീട്ടിനകത്തുതന്നെ അടച്ചുപൂട്ടി കഴിയുകയായി രിക്കും. ജനങ്ങളെ എപ്പോഴും ഇങ്ങനെ അടച്ചിട്ടാൽ നന്നായിരിക്കും. റോ ഡെങ്കിലും നന്നായിട്ടുണ്ടാകുമല്ലോ. തിരക്കുകൾ കണ്ടുമടുത്ത മഹേന്ദ്രന് വിജനത നന്നായി ഇഷ്ടപ്പെട്ടു.

ആരെങ്കിലും 'ബന്ദ്' പ്രഖ്യാപിച്ചാൽ ജനങ്ങൾ ഇങ്ങനെ അടച്ചുപൂട്ടി കഴിയും. എന്തോ അനിഷ്ടസംഭവങ്ങൾ നടക്കാൻ പോവുകയാണെന്ന് എല്ലാവരും കാത്തിരിക്കുന്ന സന്ദർഭം. എന്തെങ്കിലും സംഭവിച്ചാൽ വാർത്ത യാകും. കുറച്ചു നാളത്തേക്കുള്ള സംസാരവിഷയം. ഇന്നത്തെ വാർത്തയ്ക്കുള്ള വിഷയം താനായിരിക്കുമോ?

എന്താണ് ചെയ്യേണ്ടത്? ജയിംസ് റോഡിലെ കുടിവെള്ള ടാങ്കിനു മുകളിൽ കയറിനിന്ന് ആത്മഹത്യാഭീഷണി മുഴക്കിയാലോ? ജോലി നൽകാനാരെങ്കിലും തയാറായാലും തരില്ല. കുടിവെള്ളത്തിൽ വിഷം കലർന്നിട്ടുണ്ടെന്നു പറഞ്ഞാലോ? റെയിൽവേ പാലത്തിനുമുകളിൽ കയറിനിന്ന് ഉറക്കെ വിളിച്ചുകൂവിയാലോ? പോയും വന്നും കൊണ്ടിരി ക്കുന്ന പൊലീസ് വാഹനങ്ങളെ തടഞ്ഞുനിർത്തി പരിഹസിച്ചാലോ? ഏതാണെങ്കിലും കുറ്റംതന്നെയാണ്. ദേഹത്ത് പരിക്കേൽക്കും. എങ്കിലും എന്തെങ്കിലും ചെയ്തേ പറ്റൂ. തന്റെ സാന്നിധ്യം മറ്റുള്ളവരെ എങ്ങനെ യാണ് അറിയിക്കേണ്ടതെന്ന് മനസിലാകുന്നില്ല. ഒരുദിവസം പാചകം ചെയ്തില്ലെങ്കിൽ താൻ ഇല്ലെന്ന് വീട്ടുകാർ മനസിലാക്കും. മറ്റുള്ളവർക്ക്

തന്റെ സാന്നിധ്യം ശ്രദ്ധിക്കേണ്ട ആവശ്യമില്ല. എന്തെങ്കിലും ചെയ്യണമെന്നു മാത്രം അവന്റെ മനസിലുണ്ടായിരുന്നു.

അന്നത്തെ 'ബന്ദ്' പതിവുപോലെ കുടിവെള്ള പ്രശ്നത്തെ ചൊല്ലി തന്നെയാണ്. എന്റെ പ്രദേശത്തെ വെള്ളം നിനക്കെന്തിനുതരണം എന്നുള്ള എതിർപ്പ്. തരേണ്ട ആവശ്യമില്ലെന്നു കാട്ടാനുള്ള ബന്ദ്. ഈ ബന്ദ് വിജയിച്ചാൽ, ഈ പ്രദേശത്തെ വെള്ളം വേറെ പ്രദേശത്തേക്ക് നൽകേണ്ട ആവശ്യമില്ലെന്നു സമർഥിക്കുന്നതുപോലെയാകും എന്ന് വാൾപോസ്റ്ററുകൾ പറഞ്ഞു. അവൻ ചെറുതായി കൂവി. പലതരത്തിൽ ചിന്തിച്ചുകൊണ്ടിരുന്ന ജനങ്ങൾ തങ്ങളെ ദേഷ്യം പിടിപ്പിക്കരുതെന്ന് മുന്നറിയിപ്പു തരുന്നതുപോലെയുണ്ടായിരുന്നു വാൾപോസ്റ്ററുകൾ. ചിരിച്ചുകൊണ്ടിരിക്കുന്നതുകൊണ്ടാണ് ഇവർ ജീവിച്ചിരിക്കുന്നതെന്ന് മഹേന്ദ്രന് തോന്നി.

ജൂബിലി റോഡിന്റെ മുക്കിൽ ധാരാളം പൊലീസുകാരെ കാണപ്പെട്ടു. അവിടെയായിരുന്നു മന്ത്രിയുടെ വീട്. തങ്ങൾ കൊല്ലാൻ ലക്ഷ്യമിട്ടിട്ടുള്ളവരുടെ പട്ടികയിൽ അഞ്ചാം സ്ഥാനത്ത് ആ മന്ത്രിയാണെന്ന് തീവ്രവാദികൾ പറഞ്ഞതിനാൽ ആ മന്ത്രിയുടെ വീട് എപ്പോഴും പൊലീസ് വലയത്തിലായിരുന്നു. റോഡിൽ വാഹനങ്ങൾ ഇല്ലാത്തതുപോലെ ആ വീടിനുചുറ്റും പൊലീസും ഇല്ലാതിരുന്നെങ്കിൽ കാണാൻ നല്ല ഭംഗിയായിരിക്കുമെന്ന് അവനു തോന്നി.

ആ വീഥിയിലെ വീടുകൾ നല്ല വൃത്തിയുള്ളവയായിരുന്നു. മരങ്ങളും വള്ളികളും വീടുകളെ മറച്ചിരുന്നു. നായ്ക്കളുടെ കുരയും എന്തോ ഒരുതരം സംഗീതവും ഇടവിട്ടിടവിട്ട് കേട്ടുകൊണ്ടിരുന്നു. മരങ്ങൾക്കുനടുവിൽ മനുഷ്യരെ കാണാനാകുമെന്നവൻ വിചാരിച്ചു. ആരും ഇല്ല. ബന്ദ് ഇവരേയും വീട്ടിനകത്ത് അടച്ചുകളഞ്ഞിരിക്കുകയാണോ?

അവന്റെ പുറത്ത് ആരോ അടിച്ചതുപോലെ തോന്നി. നന്നായി വേദനിച്ചു. അവന്റെ കണ്ണിൽ ആദ്യം പെട്ടത് തോക്കാണ്. "ക്യാ.... ക്യാ..... ഇവിടെ എന്താടാ ചെയ്യുന്നത്." ഉർദുവിലുള്ള ചോദ്യം. ശബ്ദം കഠിനമായിരുന്നു. "വെറുതെ നടക്കുകയാണ്."

"വെറുതെയോ? വീട്ടിലിരുന്നാൽ പോരെ?"

പൊലീസുകാർ അവിടേക്കു വന്നു. അവരിൽ ഒരാൾ മഹേന്ദ്രന്റെ കോളറിൽ പിടിച്ചു. ദേഹം ചുരുങ്ങിപ്പോയി. അവൻ അൽപ്പം മാറിനിന്നു. പിറകിൽ നിന്നിരുന്നയാൾ അവന്റെ തോളിലൂടെ കൈ താഴേക്കു നീക്കി ചന്തിവരെ കൊണ്ടുവന്നു. അവന്റെ പാന്റിന്റെ കീശയിൽ കൈയിട്ടു പരതി. ആ കൈ അവന്റെ ലിംഗത്തിൽ പിടിച്ചു ഞെരടാൻ ശ്രമിച്ചു. അവന് അലറിക്കരയാൻ തോന്നി.

"എന്തിനാണ് കറങ്ങുന്നതെന്നറിയോ..... വെറുതെയാണത്രെ." പറഞ്ഞിട്ട് ഒരാൾ ഉറക്കെ ചിരിച്ചു. ഹിന്ദിവാക്കുകൾ നീട്ടി ഉച്ചരിച്ചതുപോലെ തോന്നി. അവൻ പെട്ടെന്നു തെലുങ്കിൽ എന്തോ പറഞ്ഞു. എല്ലാവരും ചിരിച്ചു.

"വെറുതെ ഇങ്ങനെ കറങ്ങുന്നതിനുപകരം വീട്ടിലിരുന്ന്....." ആ വാക്കുകൾ മഹേന്ദ്രനും പലപ്പോഴും സുഹൃത്തുക്കളോടു പറഞ്ഞിട്ടുണ്ട്. എന്നാൽ ഇപ്പോൾ എന്തോ പോലെ തോന്നി. ചിരിയിലൂടെ പറയുന്ന വാക്കുകൾക്ക് ഇങ്ങനെ വിപരീതാർഥങ്ങളുണ്ടെന്ന് അവന് ആദ്യമായി തോന്നി.

"ബന്ദ് ദിവസം എന്താണ് കറങ്ങാനായിട്ടുള്ളത്? പോടാ...."

പൊലീസുകാരൻ തോളിൽ പിടിച്ചുതള്ളി. മഹേന്ദ്രൻ വേച്ചുവേച്ച് കുറച്ചുദൂരം പോയിനിന്നു. തിരിഞ്ഞുനോക്കിയപ്പോൾ അവരിൽ ഒരാൾ മാത്രം മഹേന്ദ്രനെ നോക്കിക്കൊണ്ടു നിൽക്കുകയും മറ്റുള്ളവർ വേറെ ഭാഗത്തേക്കു നടന്നു പൊയ്ക്കൊണ്ടിരിക്കുകയും ചെയ്തിരുന്നു. തലകുനിഞ്ഞുപോയി. ശരീരത്തിലെ വേദന മുഖത്തേക്കു പടർന്നു. എതിരെ വരുന്ന ആരെയെങ്കിലും കുത്തിക്കൊല്ലണമെന്നു തോന്നി. ആരെയെങ്കിലും അടിച്ചിടണം. അങ്ങനെ ആരെങ്കിലും മുന്നിൽപെട്ടാൽ അവരോടടുക്കാനുള്ള മനോധൈര്യം പെട്ടെന്നു തനിക്കുണ്ടാവുമോ എന്ന സന്ദേഹവും അവനുണ്ടായി.

വെറുതെ നടന്നുപോയിക്കൊണ്ടിരുന്നവനെ ഇങ്ങനെ പിടിച്ചു നിർത്തി എന്തിനിങ്ങനെ ചെയ്യണം? അവൻ കാലുകൾ മാറിമാറി നിലത്ത് അമർത്തി ചവിട്ടി. താർ റോഡിൽ ഇളകിക്കിടന്നിരുന്ന ജല്ലിക്കല്ലുകൾ നാടുപാടും തെറിച്ചു. കാലുകൾ വേദനിച്ചു. ഇനിയും ശക്തിയോടെ ചവിട്ടി രക്തം വരുന്ന് കാണണമെന്നവൻ ആഗ്രഹിച്ചു.

തന്റെ ദേഹത്തുനിന്നും രക്തമൊലിക്കുന്നതു കണ്ടിട്ട് വളരെ നാളുകളായിരിക്കുന്നു. രക്തം ഒലിപ്പിച്ചുകൊണ്ടു നടക്കുന്ന മനുഷ്യനായി ഒരു ദിവസം നടന്നാൽ എങ്ങനെയിരിക്കുമെന്ന് സങ്കൽപ്പിച്ചു നോക്കിക്കൊണ്ടവൻ നടന്നു.

ആ കെട്ടിടം ബ്രഹ്മാണ്ഡമായി തലയുയർത്തിപ്പിടിച്ച് അവന്റെ മുന്നിൽ നിലകൊണ്ടു. പലതവണ ആ കെട്ടിടത്തിനകത്തേക്കു കയറിയിട്ടുണ്ട്. അനേകം നിലകളുള്ള കെട്ടിടമാണത്. ഓരോ ഭാഗത്തേക്കും പോയി ആരെയോ അന്വേഷിക്കുന്നതുപോലെ അവൻ നടന്നിട്ടുണ്ട്. ഏതെങ്കിലും ഭാഗത്ത് സ്ത്രീകളുണ്ടെങ്കിൽ കുറച്ചുസമയം അവൻ അവിടെ നിൽക്കും. പലതവണ ആ കെട്ടിടത്തിന്റെ ഇടനാഴികളിൽ അലഞ്ഞിട്ടുണ്ട്. മടുപ്പുണ്ടായിട്ടില്ല. അവൻ കെട്ടിടത്തിലേക്കുതന്നെ നോക്കി നിന്നു.

അവൻ ഏണിപ്പടികൾ കയറി. പടികൾ കയറിപ്പോയാൽ ഏറ്റവും മുകളിലെത്താം. ഇത്രയും ദൂരം കയറിയിട്ടും ആരും ഒന്നും ചോദിക്കാത്തതിൽ അത്ഭുതം തോന്നി. കാവൽക്കാരൻ കൂടിയില്ലാത്ത കെട്ടിടം. അല്ലെങ്കിൽ അയാൾക്കും മടുത്തുപോയിരിക്കും. ഒരു ദിവസത്തെ ജോലിയാണെങ്കിൽ മടുപ്പുണ്ടാവില്ല. എന്നും ഇതുതന്നെയായാൽ മടുപ്പുണ്ടാവും. ആ മടുപ്പിലായിരിക്കും കാവൽക്കാരൻ എങ്ങോട്ടേക്കെങ്കിലും പോയി ഒളിച്ചിട്ടുണ്ടാവുക. ഇങ്ങനെ ഒളിച്ചുപോകുന്ന ഒരു ജോലിയെങ്കിലും തനിക്കു കിട്ടിയിരുന്നെങ്കിൽ നന്നായിരുന്നു.

ശ്വാസംമുട്ടി. വായ് തുറന്ന് അവൻ ശ്വാസം വലിച്ചു. മുകളിലെത്തിയെന്ന് അവന് തോന്നി.

ചുറ്റുമുള്ളവ അതിന്റെ രൂപത്തിൽതന്നെ അവൻ കണ്ടു. തുണ്ടു തുണ്ടായി കാണപ്പെടുന്ന തെരുവുകളിൽ നടക്കുന്നവർ പൊലീസുകാരായിരിക്കും. ഓ..... എന്നലറിക്കൊണ്ട് ഇവിടെനിന്നും വീഴുന്നത് എത്ര എളുപ്പമുള്ള കാര്യമാണ്. രക്ഷപ്പെടണം എന്ന ചിന്ത മനസിൽ വന്നു. താൻ എത്ര ചെറുതായിരിക്കുന്നു എന്നറിയാതെ തന്നെ തന്റെ സാമീപ്യം കാണിച്ചുകൊടുക്കാം.

പത്ത്

മെഹബൂബ് കോളേജ് ബസ് സ്റ്റോപ്പിൽനിന്നും കയറിയ വെങ്കട്ടയ്യയ്ക്ക് പിറകിൽ കിടക്കുന്നവൻ ദാമോദരനാണെന്ന് തിരിച്ചറിയാൻ കുറച്ചു സമയമെടുത്തു. അങ്ങോട്ടും ഇങ്ങോട്ടും ഉരുട്ടിക്കൊണ്ടിരുന്ന തല പെട്ടെന്ന് വലതുഭാഗത്തേക്ക് ചരിഞ്ഞപ്പോൾ ദാമോദരൻ കിടന്നിടത്തുനിന്നും കുറച്ചകലെ ആളുകൾ ആരും അടുത്തേക്കുവരാതെ മാറിനിന്നിരുന്നു. ചുമലുകൾക്കിടയിലെ വിടവിലൂടെ ദാമോദരന്റെ മുഖം കണ്ടു. ബസ് വേഗത്തിൽ ഓടിക്കൊണ്ടിരുന്നു.

ഈ മനുഷ്യന് എവിടെ നിന്നാണാവോ കാശു കിട്ടുന്നതെന്ന് വെങ്കട്ടയ്യക്ക് മനസിലായില്ല. എങ്ങനെയൊക്കെയോ കിട്ടുന്നു. മിച്ചംവയ്ക്കാനുള്ള ചിന്തയോ, ശ്രദ്ധയോ ഇല്ലാതെ എല്ലാ കാശിനും കുടിച്ച് എവിടെയെങ്കിലും വീട്ടുവാതിൽക്കൽ ഇരിക്കും. അവനുവേണ്ടി ചില വീടുകളിൽ ജോലികൾ കാത്തുകിടന്നിരുന്നു. ഇവനെ പരിതാപത്തോടെ നോക്കാൻ ചിലർക്ക് അവകാശം ഇരുന്നിരുന്നത് അയാളെ അത്ഭുതപ്പെടുത്തിയിരുന്നു.

ഇങ്ങനെ ഒരു ജീവിതം എത്രയെളുപ്പമുള്ളതാണ്. കടപ്പാടുകൾ ഇല്ലാത്തത്. ആകാശത്തെ പറവകളുടെ സ്വാതന്ത്ര്യത്തെക്കുറിച്ച് പലപ്പോഴും ചിന്തിക്കാറുണ്ട്. ഈ മനുഷ്യന് ലഭിച്ചിരിക്കുന്നത് അങ്ങനെയൊരു സ്വാതന്ത്ര്യമാണ്. ഇതു തനിക്കു ലഭിച്ചാൽ എത്ര നന്നായിരിക്കും. അല്ലെങ്കിൽ എല്ലാ മനുഷ്യർക്കും കിട്ടിയാൽ ഇതിലും നന്നായിരിക്കും. ഈ നാടോടി ജീവിതം എല്ലാവർക്കും കിട്ടേണ്ടതാണ്. നാടോടിജീവിതം അനുഭവിക്കാത്തവർ മനുഷ്യരാണോ? ഇങ്ങനെയൊരു ജീവിതം ലഭിക്കാതെപോയ നിർഭാഗ്യത്തെക്കുറിച്ച് ചിലപ്പോൾ ഓർക്കും. എന്നാൽ അതിന്റെ മറുവശം അയാളെ എപ്പോഴും ഭയപ്പെടുത്തിക്കൊണ്ടിരിക്കും. മറുവശം അപമാനകരമാണ്. ഏകാന്തതയാണ്. അതൊക്കെ അനുഭവിക്കുമ്പോൾ ആത്മഹത്യയിലേക്ക് വേഗം ചെന്നെത്തും. ഇപ്പോൾ ഉള്ളതു മതിയെന്ന ചിന്ത അയാളിൽ നിലനിൽക്കും.

വെങ്കട്ടയ്യ കൂട്ടത്തിൽനിന്നും രക്ഷപ്പെട്ടുവന്നയാളെപ്പോലെ സാവധാനം പടികളിറങ്ങി. കയറാനായി കാത്തുനിന്നിരുന്ന ആൾക്കാർ ഇറങ്ങുന്നവർക്ക് വഴികൊടുക്കാതെ തിരക്കു കൂട്ടിക്കൊണ്ടിരുന്നു. ഓരോരുത്തരായി ഇറങ്ങാൻ വഴിവിട്ടുകൊണ്ട് സ്റ്റെപ്പിന്റെ ഇരുഭാഗത്തും തിങ്ങിനിന്നിരുന്നു. കൈകൾ വിടർത്തിപ്പിടിച്ച് സുലഭമായി ഇറങ്ങാം. ദേഹംമുട്ടാതെ ഇറങ്ങാം. വെങ്കട്ടയ്യ ഇറങ്ങിയപ്പോൾ ആശ്വാസമായി. കശങ്ങിയിരുന്ന ഷർട്ടിലെ ചുളിവുകൾ നിവർത്തി.

പെട്ടെന്ന് ദാമോദരനെ ഓർമ വന്നു. കുതികാലിൽനിന്ന് എത്തിനോക്കി. അവസാനത്തെ സീറ്റുകൾ, നിറയാതെ ആൾക്കാർ ദേഷ്യം നിറഞ്ഞ മുഖഭാവത്തോടെ നിൽക്കുന്നത് ജനൽചില്ലുവഴി കണ്ടു. ഒരാൾ ദാമോദരനെ എഴുന്നേൽപ്പിക്കാൻ ശ്രമിച്ചുകൊണ്ടിരുന്നു. മുഖത്ത് പടപടാന്ന് തട്ടിനോക്കി. പിടിച്ചുകുലുക്കി. അയാളുടെ മുഖത്ത് വെറുപ്പ് നിറഞ്ഞുകിടന്നിരുന്നു.

അകത്തേക്കു പോയി ദാമോദരനെ എഴുന്നേൽപ്പിച്ചുകൊണ്ടുവരണമെന്ന് വെങ്കട്ടയ്യക്കു തോന്നി. പക്ഷേ, ബസിനകം ജനങ്ങളെക്കൊണ്ടു നിറഞ്ഞിരിക്കുകയാണ്. ആരെങ്കിലും എഴുന്നേൽപ്പിച്ചാൽ കൈത്താങ്ങലായി കൂട്ടിക്കൊണ്ടുവരാം. നിസ്സഹായനായി അയാൾ നോക്കിനിന്നു.

കണ്ടക്ടർ പിൻസീറ്റിനടുത്തേക്കു വന്നു.

“മാമാ..... ഇനിയും ചുറ്റണോ..... നിങ്ങൾ തന്ന കാശിന്. എറങ്ങിപോ.” യാതൊരനക്കവും കാണാത്തതിൽ കണ്ടക്ടർ പിടിച്ചുകുലുക്കി. ശക്തിയിൽ കുലുക്കിയതിനാൽ ദാമോദരന്റെ ദേഹം സീറ്റിൽനിന്നും നിലത്തേക്കു വീണ ശബ്ദം കേട്ടു. ഒരുതരം പിറുപിറുക്കൽ കേട്ടു. “എത്രവട്ടം ലോകം ചുറ്റും..... എഴുന്നേൽക്കെടാ.... സാലാ” ഇരുഭാഗത്തും ഓരോരുത്തർ പിടിച്ചു. വാതിൽപ്പടിയിൽ നിന്നിരുന്നവർ പെട്ടെന്നു താഴേക്കിറങ്ങി. ജനങ്ങളെ വകഞ്ഞുമാറ്റി ഷെൽട്ടറിൽ അയാളെ കൊണ്ടുപോയി കിടത്തി. “ഇതേ തൊഴിലായിപ്പോയി. സാലാ.” കണ്ടക്ടർ ഒരു തൊഴി വച്ചുകൊടുത്തു. ഒരു നേർത്ത ഞരക്കം അയാളിൽനിന്നും പുറപ്പെട്ടു.

ദേഹം വലതുഭാഗത്തേക്കു ചരിഞ്ഞു.

വെങ്കട്ടയ്യ നിന്നിടത്തുതന്നെ നിന്നുകൊണ്ട് ദാമോദരനെ തന്നെ നോക്കി. സംസാരിക്കാനായി ഒന്നുംതന്നെ ഇല്ലാത്തതുപോലെ. അടുത്തേക്കുചെന്ന് എങ്ങനെയെങ്കിലും എഴുന്നേൽപ്പിച്ച് കൊണ്ടുപോയാലോ? എവിടേക്കാണ് കൊണ്ടുപോവുക? വീട്ടിലേക്കു കൊണ്ടുപോകാൻ ലക്ഷ്മി സമ്മതിക്കില്ല. തിണ്ണയിൽ കിടത്താം. അല്ലെങ്കിൽ തെരുവിൽ എവിടെയെങ്കിലും. അതിന് ഇവിടെതന്നെ കിടക്കട്ടെയെന്നു വെങ്കട്ടയ്യക്കു തോന്നി.

ദാമോദരനെ ഈച്ചയാർക്കാൻ തുടങ്ങി.

ദിനവും ഇങ്ങനെ കുടിച്ചോ, വിശന്നു തളർന്നോ ഇങ്ങനെ ചില ദേഹങ്ങളെ കാണാം. അനുതാപത്തോടെ അവനെ നോക്കിയിട്ട് തലതിരിച്ച് നടന്നുപോകാറാണ് പതിവ്. ദാമോദരൻ പരിചയക്കാരനായതിനാൽ അൽപ്പം ചിന്തിക്കേണ്ടിയിരിക്കുന്നു. പരിചയക്കാരെ ദിവസവും എവിടെയെങ്കിലും കണ്ടാൽത്തന്നെ ഇങ്ങനെ തോന്നാറില്ല. അവന്റെ വാക്കുകളാണ് ഇങ്ങനെ അടുപ്പിക്കുന്നത്. ഈ അടുപ്പമാണ് തന്നെ ദൂരെ മാറിനിന്നെങ്കിലും നോക്കാൻ പ്രേരിപ്പിക്കുന്നത്.

അയാൾ അൽപ്പം അടുത്തേക്കുചെന്ന് ദാമോദരന്റെ മുഖത്തേക്കു നോക്കിനിന്നു.

പതിനൊന്ന്

"**എ**ന്തിനാണിങ്ങനെ താമസിച്ചുവരുന്നത്?"

കതകു തുറന്നുകൊണ്ട് വെങ്കട്ടയ്യ ചോദിച്ചു.

"വന്നിട്ടെന്തു ചെയ്യാനാ?"

"വീട്ടിലിരിക്കാമല്ലോ."

"എപ്പോഴും വീട്ടിൽതന്നെയല്ലെ ഇരിക്കുന്നത്" മഹേന്ദ്രന്റെ ആട്ടം അയാളെ ഞെട്ടിച്ചു.

"നിന്നെ നീ തന്നെ ശ്രദ്ധിക്കുന്നതാണ് നല്ലത്."

"ശ്രദ്ധിച്ചോളാം..... ഒക്കെ പാചകം ചെയ്തു വച്ചിട്ടല്ലെ പുറത്തേക്കു പോയത്. എവിടെയും പോയിട്ടുവരാൻ പാടില്ലേ?"

"പോകാം, വരാം. എല്ലാറ്റിനും നേരോം കാലോം ഉണ്ട്."

"എല്ലാം ഉണ്ടാക്കി വച്ചിട്ടുതന്നെയാണ് പോയത്. അതിനുമേലേ ചോദിക്കുന്നത് അന്യായമാണ്."

ലക്ഷ്മി മുഖത്തുനിന്നും പുതപ്പു മാറ്റിക്കൊണ്ട് നോക്കി. ശവത്തെ മൂടിയതുപോലെ അവൾ ദേഹമാസകലം പുതപ്പുകൊണ്ടുമൂടും. അത്യാവശ്യങ്ങൾക്കുമാത്രം പുതപ്പുമാറ്റിയിട്ട് വീണ്ടും എടുത്തുമൂടും.

"ഞാൻ എല്ലാം ചെയ്തു വച്ചിട്ടു തന്നെയല്ലെ പുറത്തേക്കു പോകുന്നത്?"

"എല്ലാറ്റിനും ഒരു ഔചിത്യമുണ്ട്."

"ഔചിത്യംകൊണ്ട് എന്താണ് വലുതായി സാധിച്ചിട്ടുള്ളത്?"

"ഈ ആട്ടം എനിക്ക് തീരെ ഇഷ്ടമല്ല. നീ തന്നെ നിന്നെ രക്ഷിച്ചോളൂ."

ലക്ഷ്മി പെട്ടെന്ന് എഴുന്നേറ്റിരുന്നു.

"എന്തു പറ്റിയെടാ.... ആടുന്നത്.... വേണ്ട കേട്ടോ...."

"എല്ലാം ചെയ്തു തീർത്തിട്ടു തന്നെയല്ലെ ഞാൻ പുറത്തേക്കു പോകുന്നത്....."

"ഇന്നു രാത്രിമുഴുവൻ ഇതുതന്നെ പറഞ്ഞിരിക്കാൻ പോവുകയാണെന്നു തോന്നുന്നു." വെങ്കട്ടയ്യ ചാരുകസേരയിലിരുന്നു. തലതാഴ്ത്തിയിട്ട് ഉള്ളം കൈകൊണ്ട് മുഖം വീണ്ടും വീണ്ടും തുടച്ചു. ലക്ഷ്മി അയാളെ തന്നെ നോക്കിക്കൊണ്ടിരുന്നു.

"എന്നെ മരണംകൊണ്ടു പോകുന്നില്ലല്ലോ..... കൊണ്ടു പോകുന്നില്ലല്ലോ...." മഹേന്ദ്രന്റെ ശബ്ദം ഇങ്ങനെ കീഴ്സ്ഥായിയിൽ കേട്ടപ്പോൾ വെങ്കട്ടയ്യക്ക് ആശ്ചര്യം തോന്നി. അല്ലെങ്കിൽ കരയുകയായിരിക്കുമോ അല്ലെങ്കിൽ എന്താണ് ഇത്ര മാറ്റം? നന്നായി ശ്രദ്ധിച്ചപ്പോൾ അത് തിണ്ണയിൽ കിടന്നിരുന്ന ദാമോദരന്റെ ശബ്ദമാണെന്നയാൾക്ക് മനസിലായി.

പന്ത്രണ്ട്

ഗർത്തത്തിലേക്ക് ഉരുട്ടിയിട്ട് പാതിയിൽ എവിടെയോ പിടുത്തംകിട്ടി പിടിച്ചിട്ട് ഉരുണ്ടു വന്ന ചരിവെ നോക്കുന്നതുപോലെയുണ്ടായിരുന്നു വെങ്കട്ടയ്യക്ക്. മനസ്സ് ചഞ്ചലപ്പെട്ടുകൊണ്ടിരുന്നു. ചുറ്റും ചെടികളും മരങ്ങളും വാനവും കണ്ട് മനംകുളിർന്നുകൊണ്ടിരിക്കുമ്പോൾ ആരോ തള്ളിവിട്ടതുപോലെയായിരുന്നു. അയാൾ ആരോടും മുഖം കറുത്തു സംസാരിക്കാറില്ല. എന്നാൽ അയാളുടെ നേർക്കുവരുന്ന വാക്കുകൾ അയാളെ സങ്കടത്തിലാക്കുന്നവയായിരുന്നു. തലയിലടിച്ചുകൊണ്ടയാൾ ചുവരിലേക്കു നോക്കി.

എതിർവീട്ടുകാരുമായി സൗഹൃദത്തിലിരിക്കാൻ പറ്റില്ലല്ലോ എന്ന ചിന്ത അയാളെ എപ്പോഴും പിടിച്ചുലച്ചുകൊണ്ടിരുന്നു. എപ്പോഴും വാതിലും ജനലും അടച്ചിട്ടിരിക്കാനാവില്ല. എതിർവീടിന്റെ പൂമുഖം കണ്ടാൽ തന്നെ മുഖം ചുളിയും. മനസ്സ് പ്രക്ഷുബ്ധമാകും. കണ്ണിൽപ്പെടാതിരിക്കുന്നതാണ് നല്ലതെന്നു തോന്നും. ഇതുതമ്മിൽ കൈപിടിച്ചു കുലുക്കിക്കൊണ്ട് സമരസപ്പെടാനാവില്ല.

ഒന്നും കാണാതെയും കേൾക്കാതെയും വഴിയോരത്തുകൂടി അയാൾക്ക് നടക്കാൻ സ്ഥലം കിട്ടിയാൽ മതി. സമാധാനത്തോടെ വെങ്കട്ടയ്യ വീട്ടിലെത്തും. മഴക്കാലത്ത് നായ തൂറിയ എച്ചിൽപോലെയാണ് റോഡ്. അതും പ്രധാന നിരത്തിൽനിന്നും പിരിയുന്ന സ്ഥലം കുപ്പത്തൊട്ടിയായി മാറിയിരിക്കുന്നു. തെരുവിലൂടെ നടക്കുമ്പോൾ കാലിൽ എന്തോ ഒട്ടിപ്പിടിച്ചിരിക്കുന്നതുപോലെ തോന്നും. ആരെങ്കിലും വീടിനു മുന്നിൽ വെള്ളം ഒഴിച്ചാൽമതി നാട്ടിലെ മുഴുവൻ കൊതുകുകളും അങ്ങോട്ടേക്കു വരും.

കുറച്ചുദിവസമായി ശ്രീനിവാസന്റെ വീടിനുമുന്നിൽ ഇങ്ങനെ വെള്ളം കെട്ടിക്കിടക്കുന്നത് പതിവായിരിക്കുന്നു. വാടകയ്ക്കു നൽകിയതാണ്.

അവന്റെ സാമ്രാജ്യത്തെ അവൻ വിശാലമാക്കിക്കൊണ്ടിരുന്നു. അടുക്കളയിലെ വെള്ളമാണ് അങ്ങനെ കെട്ടിനിന്ന് വിഷമിച്ചുകൊണ്ടിരിക്കുന്നത്. കൊതുകുകളും പരക്കാൻ തുടങ്ങിയിരിക്കുന്നു.

ശ്രീനിവാസന് തടിച്ച മീശയാണ്. ഒരു സ്വകാര്യ കമ്പനിയിലാണ് ജോലി. അവനെ കാണുമ്പോഴൊക്കെ അവൻ സല്യൂട്ടടിച്ചു നിൽക്കുന്ന കാഴ്ചയാണ് അയാളുടെ മനസിൽ തെളിയുക. അവനാണ് ആ കമ്പനിയുടെ ഉടമസ്ഥൻ എന്നതുപോലെയാണ് അവന്റെ സംസാരവും നടത്തവും. ആ തെരുവിലെ ഒരു ദാദയെപ്പോലെ അവൻ ഒച്ചവച്ചുകൊണ്ടിരിക്കും.

ശ്രീനിവാസൻ ഉൾത്തെരുവിന്റെ മധ്യേ ചാരുകസേരയിട്ട് ഇരുന്നിരുന്നു. അവൻ കാലം നീട്ടിവച്ച ഭാഗത്തെ ചെറിയ വിടവിൽക്കൂടി വേണം ജനങ്ങൾക്കു നടന്നുപോകാൻ. ശരീരം ഒതുക്കി ആൾക്കാർ നടന്നുപോകുന്നതുപോലെ വെങ്കട്ടയ്യക്കു തോന്നി.

വെങ്കട്ടയ്യ അവന്റെ അടുത്തെത്തിയപ്പോൾ അവൻ അയാളെ അളക്കുന്നതുപോലെ ദീർഘമായി നോക്കി. അവൻ തെരുവിൽ ഇങ്ങനെ ഇരിക്കുന്നതിനെക്കുറിച്ച് ഒരു വാക്കുപറഞ്ഞാലോ എന്നയാൾ ചിന്തിച്ചു. എന്നാൽ ചെറിയ ഓടയ്ക്കുമുന്നിൽ ഇതൊരു വലിയ വിഷയമല്ല. എന്നാൽ അതിനെക്കുറിച്ച് ഒരു വാക്കു പറഞ്ഞുവെക്കാമെന്നു തോന്നി.

"എന്താ ശ്രീനിവാസ്...... ഇങ്ങനെ വെള്ളം കെട്ടിനിൽക്കുന്നത്.....?"

"ഉം....."

"എന്തെങ്കിലുമൊരു പ്രതിവിധിയുണ്ടാക്കരുതോ?"

"ചെയ്യണം."

"കൊതുകു പരക്കാൻ തുടങ്ങിയിരിക്കുന്നു."

"മുനിസിപ്പാലിറ്റിയിൽ പറയാം. വന്നു മരുന്നുതളിച്ചിട്ട് പൊയ്ക്കോളും."

"അതല്ല. വെള്ളം കെട്ടിക്കിടക്കാതെ നോക്കിയാൽ കൊതുകുണ്ടാവില്ല."

"അതും എനിക്കറിയാം."

"റീസന്റായി കൊതുകുശല്യം വല്ലാതെ കൂടിയിട്ടുണ്ട്."

"അറിയാമെന്നല്ലെ പറഞ്ഞത്."

"എന്തെങ്കിലും ചെയ്യ്...."

ഇതുവരെ അയാളെ നോക്കി സംസാരിച്ചിരുന്നവൻ ആകാശം നോക്കാൻ തുടങ്ങി.

"ചെയ്യാനറിയാം. സ്വന്തം വീട്ടുകാർക്കില്ലാത്ത ഉൽക്കണ്ഠ വേറെ ആൾക്കാർക്ക് ആവശ്യമില്ല...."

"വീഥി നാറുന്നതുകൊണ്ടാണ് പറഞ്ഞത്."

"നാറുന്നെങ്കിൽ നിങ്ങൾ മൂക്കുപൊത്തി പോ."

"എന്താണ് ഇങ്ങനെ സംസാരിക്കുന്നത്?"

"അതെ, ഇങ്ങനെ തന്നെയാണ് സംസാരിക്കുക. ഞാൻ വീട്ടുടമയാണ്. നീ അടുത്ത വീട്ടിൽ വാടകയ്ക്കു താമസിക്കുന്നവൻ. അതൊന്നും പറയാൻ നിനക്കധികാരമില്ല."

"ഇതിനെന്തിനാണ് അധികാരം. ചെറിയ കാര്യമല്ലേ?"

"ഞാനിവിടെ ജനിച്ചുവളർന്നവനാണ്. എങ്ങുനിന്നോ വന്ന് വാടകയ്ക്കു താമസിക്കുന്ന നിനക്ക് ഈ അധികാരമൊന്നും വേണ്ടതില്ല."

ഇതിൽക്കൂടുതൽ അവനുമായി സംസാരിക്കേണ്ടതില്ലെന്നു തോന്നി. ഈ ചിന്ത അവന്റെ മനസിൽ ഉള്ളേടത്തോളംകാലം അവൻ ഇങ്ങനെ തന്നെയാണ് സംസാരിക്കുക.

അവൻ പറഞ്ഞതുതന്നെ എങ്ങോട്ടൊക്കെയോ തള്ളിവിട്ടതുപോലെ തോന്നി. എവിടെനിന്നോ വന്നവൻ! എന്നുവച്ചാൽ വരാൻ പാടില്ലേ? മറ്റൊരു ദേശത്തുനിന്ന് ഇവിടെനിന്ന് മുപ്പതുവർഷങ്ങളായി ജീവിച്ചുകൊണ്ടിരിക്കുന്നത് ഇപ്പോൾ തെറ്റാണെന്നാണോ ഇവൻ പറയുന്നത്. അങ്ങനെ പറയാൻ ഇപ്പോഴാണോ ഇവൻ പഠിച്ചത്? ഇങ്ങനെ കൽപ്പിക്കുന്നതും അതിന്റെ വിപരീതഫലവും ഈ അടുത്ത വർഷങ്ങളിലായി ഉൾക്കൊള്ളേണ്ടിയിരിക്കുന്നു എന്ന് അയാൾ മനസിലാക്കിയിരിക്കുന്നു. ഇങ്ങനെ അവൻ പറഞ്ഞതിനുശേഷം ഇനി അവനോട് സംസാരിക്കുന്ന ഏതു വാക്കുകളും അവന്റെ ചിന്തയെ തീവ്രമാക്കി വിടും.

പതിമൂന്ന്

മഹേന്ദ്രന്റെ കണ്ണുകളിൽ ഒരുതരം ഭയം ഒളിഞ്ഞിരിക്കുന്നതായി കാണപ്പെട്ടു. മുഖം നന്നേ വിയർത്തിരുന്നു. കണ്ണുകൾ ഉരുട്ടി നോക്കിക്കൊണ്ടിരുന്നു. വെങ്കട്ടയ്യ അവനെതന്നെ നോക്കി.

"എന്തു പറ്റിയെടാ..... എന്തുപറ്റി.....?" വീണ്ടും വീണ്ടും ചോദിച്ചു. ലക്ഷ്മി വളരെ നാളുകൾക്കുശേഷം ദേഹത്തുനിന്നും പുതപ്പെടുത്തു മാറ്റി. അവളുടെ കണ്ണുകൾ ചുവന്നിരുന്നു. എന്തോ പറയാനാഞ്ഞിട്ട് പറയാനാകാതെ അവളിരുന്നു.

"എന്തുപറ്റി നിനക്ക്. ദിവസവും ഇതേ ശല്യമായിപ്പോയല്ലോ. വളരെ താമസിച്ചാണ് വരുന്നത്..... ആടുന്നു.... നിൽക്കാനാകാതെ കഷ്ടപ്പെടുന്നു...."

"ഞാനെന്തു ചെയ്താലും നിങ്ങൾക്കെന്താ...."

"നീ എന്താണ് ചെയ്യുന്നതെന്ന് ചോദിക്കാനാണ് ഞങ്ങൾ."

"ചോദിക്ക്..... ചോദിച്ചു ചോദിച്ചു കുട്ടിച്ചോറാക്ക്.... ചോദിക്കുന്നതിനുവേണ്ടി മാത്രമാണ് നിങ്ങളുടെ തലമുറ തന്നെയിരിക്കുന്നത്. മറുപടി പറയാതിരിക്കാൻ ഞങ്ങളും....."

"ഞാൻ ചോദിക്കുന്നതിന് മറുപടി പറഞ്ഞില്ലെങ്കിൽ സാരമില്ല. നിനക്കെന്താണ് പറയാനുള്ളതെന്നുവച്ചാൽ പറയ്....."

"ഞാനെന്തു പറയാൻ...."

വാക്കുകൾ കുഴയുന്നുണ്ടെങ്കിലും ശരിയായിട്ടാണ് പറയുന്നതെന്നു തോന്നി. സമാധാനത്തോടെ സംസാരിക്കാൻ ശ്രമിച്ചുകൊണ്ടിരുന്നു.

ലക്ഷ്മിയുടെ കണ്ണുകൾ നിറഞ്ഞൊഴുകി അവൾ കണ്ണുകൾ തുടച്ചു. കട്ടിലിനരികിൽ കാലുകൾക്കിടയിൽ മുഖം പൂഴ്ത്തിക്കൊണ്ടവൾ ഇരുന്നു. വിശാലമായ പുൽപ്രദേശത്തിനരികിൽ ഒരു രൂപത്തെ വച്ചതുപോലെ അവൾ കൂനിക്കുറുകി ഇരുന്നു.

"എന്തെങ്കിലും പറയ് മഹേന്ദ്രാ..... ദിവസവും ഇതുപോലെ നിന്നെ കാത്തിരുന്ന്, നിന്നെ കാണാതെ തെരുവുമുഴുവൻ ചുറ്റിയിട്ട്, നിന്റെ കൂട്ടുകാരുടെ വീടുകളിലൊക്കെ അന്വേഷിച്ച് തളർന്നിരിക്കുന്നു. പൊലീസിൽ കംപ്ലെയിന്റു കൊടുക്കാത്തതേ ബാക്കിയുള്ളൂ....."

"അതും ചെയ്യ്....."

"പെട്ടെന്നു നിനക്കെന്താണ് പറ്റിയത്..... അതുകൊണ്ടാണ്....."

"ജോലിയില്ലാത്തവൻ. ഇരന്നു തിന്നുന്നവൻ. വീട്ടിൽ അടുക്കളപ്പണി ചെയ്യുന്നവൻ.... ഇതിൽ കൂടുതൽ എന്താണ് പറയാനുള്ളത്....."

കണ്ണുകൾ നിറഞ്ഞൊഴുകവെ അവൻ ഉറക്കെ കരയാൻ തുടങ്ങി. അവനെ എങ്ങനെ സമാധാനിപ്പിക്കണമെന്ന് വെങ്കട്ടയ്യയ്ക്കു മനസിലായില്ല. എഴുന്നേറ്റ് അവന്റെ അടുത്തേക്കുചെന്ന് അവനെ തലോടാനാഗ്രഹിച്ചു. ആ കരച്ചിൽ അയാളെ അൽപ്പം അകറ്റിനിർത്തി. പെട്ടെന്നവൻ കട്ടിലിലേക്കു വീണു. അവന്റെ കരച്ചിൽ മെത്തയെ നനയ്ക്കുമെന്നു തോന്നി. മെത്തവിരി അവന്റെ കൈവിരലുകളിൽ കിടന്ന് കശങ്ങിക്കൊണ്ടിരുന്നു. ദേഹം കുലുങ്ങിക്കൊണ്ടിരുന്നു.

"എന്നെ മരണം കൊണ്ടു പോകുന്നില്ലല്ലോ..... ഇനിയും കൊണ്ടു പോകുന്നില്ലല്ലോ....."

വെങ്കട്ടയ്യ അവന്റെ അരികിലേക്കുചെന്ന് അവനെ തൊട്ടു. അതിനായി കാത്തിരുന്നവനെപ്പോലെ മഹേന്ദ്രൻ എഴുന്നേറ്റ് അച്ഛനെ കെട്ടിപ്പിടിച്ചു. അദ്ദേഹത്തിന്റെ അൽപ്പം വലിയ വയറിന്മേൽ, അവൻ മുഖം കരച്ചിലോടെ തേച്ചുകൊണ്ടിരുന്നു. അയാൾ അവന്റെ തലയിൽ തലോടി.

ഇങ്ങനെ അവനെ തൊട്ടിട്ട് എത്ര നാളുകളായിരിക്കുന്നു. അനേകം വർഷങ്ങൾ അവന്റെ കൈയിൽ പിടിച്ചുകുലുക്കി അഭിനന്ദിക്കാനുള്ള സന്ദർഭങ്ങളേ ഇല്ലായിരുന്നു. അവന്റെ തലചീകി, മുഖംനോക്കാൻ പോലും നേരമില്ലാതായിരിക്കുന്നു. സംസാരിക്കുമ്പോൾക്കൂടി മുഖം ശരിക്ക് കണ്ടിട്ട് വർഷങ്ങളായിരിക്കുന്നു രണ്ടുപേരും. ഇടവേളകൾ നീണ്ടുകൊണ്ടിരുന്നു. ഈ കരച്ചിൽ അയാളെക്കൊണ്ടു തൊടുവിച്ചിരിക്കുന്നു. ആ തൊടൽ അവന് ആശ്വാസം നൽകിയിരിക്കാം. അവനെ ഈ അവസ്ഥയിലേക്കു കൊണ്ടുപോകാൻ വിടേണ്ടിയിരുന്നില്ല. എങ്കിലും താമസിച്ചു പോയിട്ടില്ല. അവന്റെ കരച്ചിൽ തീരട്ടെയെന്ന് അയാൾ കാത്തിരുന്നു.

പെട്ടെന്ന് ഉണർന്നപ്പോൾ, അമ്മയുടെ കട്ടിലിൽ കിടക്കുകയാണെന്ന് മഹേന്ദ്രൻ അറിഞ്ഞു. മെത്ത അലങ്കോലപ്പെട്ടിരുന്നു. അടുക്കള ഭാഗത്തു നിന്നും പാത്രങ്ങൾ കൂട്ടിമുട്ടുന്ന ശബ്ദം കേട്ടു. നേരമറിയാതെ ഉറങ്ങിപ്പോയിരിക്കുമെന്നവൻ വിചാരിച്ചു.

ലക്ഷ്മി പാത്രങ്ങൾ കഴുകി ഒരരികിൽ കമഴ്ത്തിവച്ചിരുന്നു. അവനെ നോക്കി അവൾ നേർത്ത പുഞ്ചിരി പൊഴിച്ചു. "നീ പോയി ഉറങ്ങ്." അടുക്കളയിലെ നനവ് ശരീരം മുഴുവൻ പടരുംവരെ നിൽക്കാൻ തീരുമാനിച്ചവനെപ്പോലെ അവൻ നിന്നു. അവന് വല്ലാത്ത സന്തോഷം തോന്നി. പുതിയൊരുത്സാഹം ശരീരത്തിലെ ഓരോ അണുവിലും നിറയുന്നതായവനു തോന്നി. കുക്കറിൽനിന്നും പുറപ്പെടുന്ന നീരാവി വലയത്തെ നോക്കി രസിച്ചുകൊണ്ടവൻ അവിടെനിന്നു.

പതിനാല്

അദ്ദേഹത്തിന്റെ കൈയിൽ നൂലിൽകോർത്ത ആ താളുകൾ ഉണ്ടായിരുന്നു. മഹേന്ദ്രൻ താളുകൾ വിടർത്തി മണത്തുനോക്കി. പുതിയ താളിന്റെ മണം അൽപ്പംകൂടി ബാക്കിയുണ്ടായിരുന്നു. അക്ഷരങ്ങൾ തെന്നി അവസാനപേജിൽ പോയി കൂടിച്ചേരുന്നതുപോലെയുണ്ടായിരുന്നു. വെങ്കട്ടയ്യ തൊട്ടടുത്ത കസേരയിൽ താളുകൾ വച്ചിട്ട് മുറുക്കാനെടുത്ത് വായിലിട്ടു. ചാറ് കടവായിൽ നിറയുംവിധത്തിൽ ചവച്ചു. താളുകൾ കൈയിലെടുത്തു.

"ഇത് എത്രാമത്തെ പ്രാവശ്യത്തെ റിഹേഴ്സലാണ്. നൂറ്റിയമ്പത്. ആയിരത്തിപ്പത്തുണ്ടാകും. പറഞ്ഞതുതന്നെ പറഞ്ഞുകൊണ്ടിരിക്കും. ഇനിയും പതിനായിരംവട്ടം പറഞ്ഞാലും ഇതുതന്നെയായിരിക്കും പറയുക."

താളുകൾ തിരിച്ചും മറിച്ചും നോക്കിയിട്ട് കസേരയിൽ വച്ചു. വീണ്ടും ഒരു വെറ്റിലയെടുത്തു വായിലേക്കിട്ടു.

"ജാഡിയിൽ വെക്കുന്നതിനാണ് പൂക്കൾ. എന്നാൽ നമുക്ക് കിട്ടില്ല. ജാഡി എപ്പോഴും ഒഴിഞ്ഞു കിടന്നിരുന്നാൽ നന്നായിരിക്കും. ഒഴിഞ്ഞ ജാഡി ഇവിടെ വെക്കേണ്ടതില്ല. അതുവെക്കാൻ മേശയോ കസേരയോ ആവശ്യമില്ല. വീടിന്റെ ഏതെങ്കിലും മൂലയിൽ വെക്കാം." മഹേന്ദ്രൻ താളുകൾ മറിച്ചു.

എന്റെയുള്ളിൽ എന്തൊക്കെയോ ശബ്ദങ്ങൾ. കടലിന്റെ ഇരമ്പൽ. പറവകളുടെ കരച്ചിൽ. ട്രെയിനിന്റെ ശബ്ദം. അതും ട്രാം. അത് ഞാൻ കണ്ടിട്ടു കൂടിയില്ല. എന്നാൽ അത് എന്റെമേൽ കയറി തടക്..... തടക്.... എന്ന് ഓടുന്നു. വീഴുന്നു. കോഴികൾ കൊത്തിപ്പെറുക്കി പോകുന്നതുപോലെ ച്പ് ച്പ് എന്ന് ട്രാമിന്റെ ശബ്ദം കേട്ടുകൊണ്ടേയിരിക്കുന്നു.

"ഒരു ശിൽപ്പംപോലെ. ക്ലിയോപാട്രയെപ്പോലെ എന്നും പറയാം. രണ്ടിനും ഇടയിലുള്ള ഒരു പെൺരൂപം. അത് എന്തോ വായിൽവച്ച് നുണഞ്ഞുകൊണ്ടിരിക്കുന്നു. വിഷമാണോ.... പറവയുടെ മുഖമാണോ.... ഏതോ ഒന്ന് അതിൽ അലിഞ്ഞു കിടക്കുന്നു. ആ മുഖത്ത് ഒരുതരം സ്വരൂപം. സൗന്ദര്യം. എന്നാൽ ആളെ വിഴുങ്ങുന്നതുപോലുള്ള ക്രൂരതയും കൂടി......"

താളുകൾ പടപടാന്ന് മറിച്ചുകൊണ്ട് സംസാരിക്കുകയാണ് വെങ്കട്ടയ്യ. അയാളുടെ കൈകളിൽ താളുകൾ വിടർന്ന് ചിറകുകൾകൊണ്ടു തലോടുന്നതുപോലെ തലോടിക്കൊണ്ടിരുന്നു. അത് അയാൾക്ക് ഒരുതരം സ്പർശനസുഖം നൽകുന്നതായി തോന്നി.

ഈ ഏണിപ്പടി ശരിക്കും തന്നെയാണ് ഉള്ളത്. സുന്ദരവും. ചുവന്ന തുണി വിരിച്ചിരിക്കുന്നു. ഇതിന്റെ മുകളിലൂടെ ലാഘവത്തോടെ നടക്കാം. എന്നാൽ അഴുക്കുണ്ടാവുമോ എന്നും തോന്നുന്നു. ഇങ്ങനെ ഓരോ പടികളായി അഴുക്കാകാതെ നടക്കുന്നതിനുപകരം ഒറ്റക്കുതിപ്പിന് മുകളിലേക്കുപോയാൽ നന്നായിരിക്കും. ഇതിനെക്കുറിച്ചു പലതവണ ചിന്തിച്ചു നോക്കിയിട്ടുണ്ട്. ഭാവനയിൽ ഒക്കെ സുഖകരമാണ്. മുകളിൽനിന്നു താഴേക്കു വരുന്നതും അങ്ങനെതന്നെ.

താളുകൾ ദൂരെ മൂലയിലേക്കെറിഞ്ഞു. അവ ചിതറിക്കിടന്നു. താളുകളുടെ കൂനയ്ക്കു മുകളിൽ ഒരു കൂന കൂടി.

"ഇത്തവണ ഇതൊക്കെ കാണാതെയാണ് പറഞ്ഞിരിക്കുന്നതെന്നു തോന്നുന്നു. വളരെ ശരിയായിട്ടുണ്ട്."

വെങ്കട്ടയ്യയുടെ ചുണ്ടിൽ പുകഞ്ഞുകൊണ്ടിരുന്ന സിഗരറ്റിലെ ചാരം പെട്ടെന്നു താഴേക്കു വീണു. സിഗരറ്റിന്റെ തുമ്പിൽ വീഴാനായി ചാരം കാത്തുകിടന്നിരുന്നു. ഒരു താൾ പറിച്ചെടുത്തു ചാരം തട്ടി. മൺപുഴുക്കൾ വിസർജിച്ചിട്ടുപോകുന്ന എച്ചിലുകൾപോലെ അതു കാണപ്പെട്ടു.

"ഇതൊന്നും വേണ്ടുന്നതല്ല." മഹേന്ദ്രൻ താളുകൾ വീശിയെറിഞ്ഞു. അവ ആകാശത്തുനിന്നും ഇറങ്ങിവരുന്ന നക്ഷത്രക്കൂട്ടങ്ങൾ പോലെ താറുമാറായി വീഴാൻ തുടങ്ങി. "ഇതൊന്നും ഇല്ലാതെതന്നെ സംസാരിക്കാൻ പറ്റും. വേറെന്താണ് വലുതായിട്ട് സംസാരിക്കാൻ പോകുന്നത്. വീണ്ടും വീണ്ടും ഇതുതന്നെയാണ് സംസാരിക്കുന്നത്. പക്ഷേ മടുപ്പുവന്നില്ല. അങ്ങനെ മടുപ്പുവന്നാൽ സംസാരിക്കാൻതന്നെ പറ്റാതാവും. വെറും വായ്ചുണ്ടുകളുടെ അനക്കം മാത്രം കാണിക്കും. ഇപ്പോൾ ഇതുമതി. പിന്നീട് സംസാരിക്കാൻ എന്തെങ്കിലും ഉണ്ടെങ്കിൽ സംസാരിക്കാം."

തന്റെ തലയിലുണ്ടായിരുന്ന കിരീടം വെങ്കട്ടയ്യ അഴിച്ചുവച്ചു. അതിൽനിന്നും ഒരു വെള്ളിനൂൽ ഊരിയെടുത്തു. ആ ഒറ്റ വെള്ളിനൂൽ വീണ്ടും തലയിൽ ചുറ്റി. നരച്ച മുടികൾക്കിടയിൽ അതു തിളങ്ങി.

"എനിക്ക് ഇനിയും ഇതിൽ നോക്കി വായിക്കാൻ ധാരാളം മാറ്റർ ഉണ്ട്. തുടരും എന്നുകൊടുത്തിട്ടാണ് വളരെ നാളുകളായി സംസാരിച്ചു

കൊണ്ടിരിക്കുന്നത്. ഇനിയും തീർന്നിട്ടില്ല. ഇതാ..... ഈ പേജിൽ എഴുതിയിരിക്കുന്നതുതന്നെ ഭ്രമം തോന്നുന്നു. ഇതെന്താ പുല്ലാങ്കുഴലോ വിറകുകട്ടയോ? ഈ പുക മനുഷ്യരെ ബോധം കെടുത്തുമോ? അല്ലെങ്കിൽ ശ്വാസംമുട്ടിക്കുമോ? ഊതുംതോറും പുകയാണ് വരുന്നത്. എന്തായാലും ഊതാനായി ഒന്നുള്ളതുതന്നെ വലിയ കാര്യം. പുക വന്നാൽക്കൂടി ഊതാം. കസവു നൂലിന്റെ തിളക്കംപോലെ മനസിനകത്ത് എന്തെങ്കിലും വരാതിരിക്കുമോ? ഊതാം....."

ലക്ഷ്മി തലയണയ്ക്കടിയിലുണ്ടായിരുന്ന താളുകൾ എടുത്തു. വീണ്ടും വീണ്ടും മറിച്ചു. വീണ്ടും തലയണയ്ക്കടിയിൽ വച്ചിട്ട് പുതപ്പെടുത്ത് തല മൂടിപുതച്ചു.

മഹേന്ദ്രൻ ആ താളുകൾ ഊരിയെടുത്തു. ധൃതിയിൽ വിടർത്തി.

"ഇതിൽ എന്തെങ്കിലും ആകർഷകകരമായിട്ടുണ്ടാകും. ഇന്ററസ്റ്റാണ് മുഖ്യം. എന്താണുള്ളതെന്നത് വലുതല്ല. ഇന്ററസ്റ്റില്ലാതെ മനുഷ്യജീവിതം എങ്ങനെ മുന്നോട്ടു കൊണ്ടുപോകും. ഇന്ററസ്റ്റിനുവേണ്ടി എന്തെങ്കിലും ചേർക്കണം. എന്തു ചേർത്താലും വേണ്ടില്ല. അൽപ്പം ആകർഷണീയത കിട്ടിയാൽ മതി.

താളുകൾ പരപരാന്ന് വിടർത്തി വീശി. ഒന്നൊന്നായി കട്ടിലിൽ ചിതറിക്കിടന്നു. വിമാനം ഉണ്ടാക്കി പറത്തി. ഒന്നുപോയി ലക്ഷ്മിയുടെ തലമുടിയിൽ തറച്ചുനിന്നു.

പതിനഞ്ച്

അവനെ തഴുകിക്കൊണ്ട് മാരുതൻ കടന്നുപോയി. ദേഹം തണുത്തു. നനഞ്ഞ പൂക്കൾക്കുമദ്ധ്യേ കിടത്തിയതുപോലെ തോന്നി. ഈ പാതിരാവിൽ ആരെയൊക്കെയോ തഴുകണമെന്നു തോന്നി. തഴുകാൻ വേണ്ടി കൈനീട്ടിയെങ്കിലും മുന്നിൽ ആരും ഇല്ലാത്തതിൽ മഹേന്ദ്രന് ദുഃഖം തോന്നി.

റോഡിൽ ജനസഞ്ചാരം കുറഞ്ഞിരുന്നു. ഓടിക്കൊണ്ടിരുന്ന വാഹനങ്ങളുടെ ഇരമ്പൽ നഗരത്തെ തന്നെ പ്രകമ്പനം കൊള്ളിച്ചു. അനേകം മൃഗങ്ങളുടെ മുരളൽ ഒന്നിച്ചു ചേർന്നതുപോലെയുണ്ടായിരുന്നു ഇരമ്പൽ. ആരെയൊക്കെയോ കാറിത്തുപ്പിക്കൊണ്ടിരുന്നു. തലമുറയായുള്ള കോപങ്ങൾ വാക്കുകളായി ചീത്ത വിളിച്ചു തീർത്തിട്ടും ബാക്കിയുള്ളതുപോലെ. ബാക്കിയുള്ളതിനെ ഇങ്ങനെ കാറിത്തുപ്പിക്കഴിക്കേണ്ടിയിരിക്കുന്നതുപോലെ മഹേന്ദ്രന് തോന്നി.

അവന്റെ എതിരെവന്ന വാഹനം പുറപ്പെടുവിച്ച വെളിച്ചം കണ്ണുകളെ മങ്ങലേൽപ്പിച്ചു. അവൻ കണ്ണുകൾ കൈകൊണ്ടു മറച്ച് വിരലുകൾക്കിടയിലൂടെ വാഹനത്തെ നോക്കി. അവനെ വിഴുങ്ങാൻ കാത്തിരിക്കുന്ന ബലശാലിയായ ഒരു മൃഗത്തെപ്പോലെ ആ വാഹനം അവന്റെ മുന്നിൽനിന്നു. അവൻ ആടിക്കൊണ്ടായിരുന്നു നടന്നിരുന്നത്. അല്ലെങ്കിൽ വാഹനം തെന്നിതെന്നിവന്ന് തന്റെ മുന്നിൽ നിന്നതാണോ?

ഈ ആട്ടത്തിൽ അവൻ അടിതെറ്റിപ്പോയി. അവൻ ഒച്ചവച്ചു. വാഹനത്തിൽനിന്നും ഇറങ്ങിയ ഒരാൾ ഒരുനിമിഷം അവനെ നോക്കിയിട്ട് തൊട്ടടുത്ത ഹോട്ടലിലേക്കു നടന്നു. തന്നെ ഏതെങ്കിലും വിധത്തിൽ അയാൾ തിരിച്ചറിഞ്ഞിട്ടുണ്ടാകണം. കുറഞ്ഞപക്ഷം ആടുന്നവനായെങ്കിലും. ഈ ആട്ടം അയാളെ അൽപ്പം ഭയപ്പെടുത്തിയിട്ടുണ്ടാവണം. അച്ഛനും അമ്മ

യും അവന്റെ ഈ ആട്ടത്തെക്കുറിച്ചോർത്തു നടുങ്ങുന്നത് അവന്റെ മനോമുകുരത്തിൽ തെളിഞ്ഞുവന്നു. നക്ഷത്രപൂരിതമായ ആകാശത്തേക്കു നോക്കി അവൻ വീണ്ടും ഒച്ചുവച്ചു.

വാഹനം അവനെ വന്ന് ഇടിക്കുന്ന അപായമാണ് അവനെ അലറാൻ നിർബന്ധിതനാക്കിയത്. താനും ഇങ്ങനെയൊരു അപകട വാഹനമായിപ്പോയോ എന്നു തോന്നി. അലറുന്നവരുടെ എണ്ണം കൂടിക്കൊണ്ടേയിരിക്കുന്നു. അലറി അലറി അവർ അകന്നുപോകും. ഈ ആട്ടവും അലറലും നിർത്തിയാൽതന്നെ സ്നേഹിക്കുന്നവർ കുറച്ചുപേരെങ്കിലും ഉണ്ടാകുമെന്നവൻ വിചാരിച്ചു.

ആട്ടം ഇല്ലാതിരുന്ന പത്തു ദിവസങ്ങൾക്കുമുമ്പ് ബസ് അവനെ അങ്ങനെ ഞെരുക്കിയിരിക്കേണ്ടിയിരുന്നില്ലെന്നു തോന്നി. മെഹ്ബൂബ് കോളേജിനരികിൽക്കൂടി അവൻ നടക്കുകയായിരുന്നു. വളവിലൂടെ വന്നുകൊണ്ടിരുന്ന ബസ് നിരങ്ങി തിരിയുന്നതിനകം പാൻ ബജാർമുക്ക് കടക്കാമെന്നാണ് വിചാരിച്ചിരുന്നത്. കടക്കുന്നതിനകംതന്നെ ഒരു കല്ലിൽ തട്ടി അവൻ വീണു. ഇന്നേതോ അത്യാഹിതം നടക്കുമെന്ന് അവന്റെ ബുദ്ധിയിൽ തെളിഞ്ഞു. ചക്രങ്ങൾക്കിടയിൽ തന്റെ ദേഹം അമരാൻ പോവുകയാണെന്നവൻ കരുതി. ബസ് ഒരടി ദൂരെ വന്നുനിന്നു. അവൻ എഴുന്നേറ്റു കാലുകൾ നീട്ടി. ഒരത്യാഹിതവും നടന്നിട്ടില്ലെന്നവൻ ഊഹിച്ചു. ഡ്രൈവർ ചീത്ത വിളിക്കാത്തതിനാൽ അവന് അത്ഭുതം തോന്നി. അവൻ ഒതുങ്ങിനിൽക്കാനായി നീങ്ങി. ഡ്രൈവർ ചീത്ത വിളിച്ചിരുന്നെങ്കിൽ നാണക്കേടായിപ്പോയേനെ എന്നവൾ വിചാരിച്ചു.

അതിനുശേഷം രണ്ടുദിവസം കഴിഞ്ഞാണ് അതു സംഭവിച്ചത്. വെങ്കിട്ടരാമനെ കാണുന്നതിനുവേണ്ടി അവന് ഗോകുല നഗർ ബസ് സ്റ്റോപ്പിൽ ഇറങ്ങേണ്ടിയിരുന്നു. വേഗം കുറയുന്നുണ്ടെന്നു കരുതി മഹേന്ദ്രൻ ഇറങ്ങാൻ ശ്രമിച്ചപ്പോൾ പെട്ടെന്ന് ബസിന്റെ വേഗം കൂടി. വീഴാൻ പോവുകയാണെന്നു മാത്രം അവനു തീർച്ചയുണ്ടായിരുന്നു. അവൻ കമഴ്ന്നടിച്ചു വീണു. ഒരടി ദൂരേക്ക് അവൻ ഉരുണ്ടുപോയി. ഏതെങ്കിലും എല്ല് ഒടിഞ്ഞിരിക്കുമെന്നവൻ കരുതി. സാവധാനം എഴുന്നേൽക്കാൻ സാധിച്ചതുതന്നെ ഏതോ അത്ഭുതകരമായ കാര്യമായാണ് അവനു തോന്നിയത്.

ഷർട്ടിൽ മണ്ണ് പുരണ്ടിരുന്നു. വാച്ചിന് ഒന്നും പറ്റിയിരുന്നില്ല. മുട്ടുകളിൽ നല്ല വേദനയുണ്ടായിരുന്നു. വെങ്കിട്ടരാമന്റെ വീടുവരെ ഈ വേദനയുമായി പോകുന്നത് വളരെ പ്രയാസമാണ്. കരിമ്പിൻജ്യൂസ് വണ്ടിക്കാരൻപയ്യൻ അവന്റെ അടുത്തേക്ക് ഓടിവന്ന് “എന്തുപറ്റി?” എന്നു ചോദിച്ചു. വേദന കടിച്ചിറക്കി ഒന്നും ഇല്ലെന്നു പറഞ്ഞു. കരിമ്പിൻജ്യൂസ് വണ്ടി കണ്ണിൽപ്പെട്ടു. വേനൽപോയി തണുപ്പുകാലം ആരംഭിച്ചിരുന്നു. ഇപ്പോഴും ഈ വണ്ടി ഉപയോഗത്തിലിരിക്കുന്നതിനെക്കുറിച്ചോർത്തു. കാൽമുട്ടിനു മുകളിൽ പാന്റ് കീറിയിരുന്നു. അവിടെ മണ്ണും പുരണ്ടിരുന്നു. നടന്നു പോകാനാകുമെന്ന് തോന്നുന്നില്ല. വീണ്ടും ബസ് പിടിക്കേണ്ടിയിരിക്കുന്നു. അവൻ ഞൊണ്ടിക്കൊണ്ടു നടന്നു.

വളരെ അടുത്തടുത്തായിരുന്നു ഈ രണ്ടു വിപത്തുകളും സംഭവിച്ചത്. ഏതെങ്കിലും വാഹനമായിരിക്കും തനിക്ക് മരണംകൊണ്ടു വരിക എന്ന് അവൻ ആത്മഗതം ചെയ്തു. എന്നാലും അത്രവേഗം മരിക്കണ്ട. ഒരു ജോലി കിട്ടട്ടെ. കുറച്ചുകാലമെങ്കിലും സമാധാനത്തോടെയുള്ള ബ്രഹ്മചര്യാ ജീവിതം നയിക്കണം. കല്യാണക്കാര്യമൊക്കെ പിന്നീട് വന്നുകൊള്ളും. കല്യാണം തന്നെ വേണ്ട. പിന്നീട് ഏതെങ്കിലും വാഹനത്തിനടിയിൽപ്പെട്ട് മരിക്കട്ടെ. അതുവരെയെങ്കിലും ഈ ആട്ടത്തോടെ ജീവിതം കഴിച്ചുകൂട്ടണമെന്നായിരുന്നു അവന്റെ മനസിലുണ്ടായിരുന്നത്.

വാഹനം വീണ്ടും പ്രകാശം പുറപ്പെടുവിപ്പിച്ചു. പോകാനുള്ള ഒരുക്കമാണെന്നു തോന്നുന്നു. താൻ നിശ്ചലനായി കാലത്തെ മറന്നു നിൽക്കുകയായിരുന്നോ? എല്ലാവർക്കും കാലമാണ് ഓരോന്നും നൽകുന്നത്. എന്നാൽ തന്നെമാത്രം വിട്ടുകളഞ്ഞിരിക്കുന്നു. ഒരടിപോലും നീങ്ങാൻ വിട്ടില്ല. വാഹനത്തിന്റെ വെളിച്ചത്തിൽ അലിഞ്ഞുചേരാൻ അവനാഗ്രഹിച്ചു.

പതിനാറ്

തുണിക്കെട്ടുകൾ കട്ടിലിനരികിൽ വച്ചതുപോലെ അവർ ഇരുന്നിരുന്നു. എണ്ണമെഴുക്കും അഴുക്കും നിറഞ്ഞതുപോലെ മുഖം ഇരുണ്ടിരുന്നു. മേശപ്പുറത്തിരുന്നിരുന്ന അലാറംടൈംപീസിന്റെ ശബ്ദം കേട്ടുകൊണ്ടിരുന്നു. അതിന്റെ സൂചികൾ വേഗത്തിൽ ഓടിക്കൊണ്ടിരുന്നാൽ നല്ല രസമായിരിക്കുമെന്ന് വെങ്കട്ടയ്യക്കു തോന്നി.

"മഹേന്ദ്രനെ ഇവിടെ വച്ചിട്ട് പ്രയോജനമില്ല. എങ്ങോട്ടേക്കെങ്കിലും പറഞ്ഞയക്കാൻ നോക്കണം."

"എനിക്കും അതുതന്നെയാണ് തോന്നുന്നത്. ഒരു ജോലി കിട്ടി. എങ്ങോട്ടെങ്കിലും പോയാൽ നന്നായിരിക്കും. ഇപ്പോൾ പറഞ്ഞയച്ചാൽ നമ്മൾ ഓടിച്ചു വിട്ടതായേ പറയൂ."

"ഒന്നും അവന് ശരിയായി വരുന്നില്ല. അർധരാത്രി കയറിവരുന്നു. അവന്റെ ആട്ടമാണ് ഭയപ്പെടുത്തുന്നത്. ഇതൊക്ക പുതിയതാണല്ലോ. ഇതെവിടെ ചെന്നെത്തുമോ ആവോ? അവൻ നശിക്കുന്നതിനു മുൻപു തന്നെ അവനെ സ്ഥലം മാറ്റണം."

"എവിടെ കൊണ്ടുപോയി വിടും?"

"എന്റെ അനിയൻ ഭാസ്കരന്റെ അടുത്തേക്ക് അയക്കാമെന്നാണ് വിചാരിക്കുന്നത്."

ലക്ഷ്മി ഒന്നുംപറയാതെ ചുവരും ചാരിയിരുന്നു. ഒരു കുഞ്ഞിന്റെ കൈയിൽ വർണപ്പെൻസിൽ കൊടുത്തിട്ട് അവളുടെ പടംവരയാൻ പറഞ്ഞാൽ അതുപോലെ വരയ്ക്കാൻവണ്ണം ചുവരിനോട് ഒട്ടിച്ചേർന്ന് അവളിരുന്നു. അവളുടെ രൂപം വരച്ചാൽ ഭൂതാകാരമായിരിക്കുമെന്ന് വെങ്കട്ടയ്യയ്ക്കു തോന്നി. മുഖത്ത് ഒരുതരം പിരിമുറുക്കം. തളർന്ന ദേഹം. കാലും അകറ്റിയിരിക്കുന്ന അവൾ ഭൂതം തന്നെയാണ്.

"അത്രയും ദൂരത്തേക്കു കൊണ്ടുപോയി വിടണോ?"

വെങ്കട്ടയ്യയ്ക്ക് നാട്ടിലേക്കു പോകാൻ സന്ദർഭങ്ങളേ ഉണ്ടാവാറില്ല. അച്ഛനും അമ്മയും മരിച്ചതിനുശേഷം ബന്ധങ്ങൾ പൂർണമായും അറ്റു പോയതുപോലെയായി. ചരടറ്റ പട്ടത്തിന്റെ അവസ്ഥ. ഉള്ള സ്വത്ത് ഭാഗം വച്ച് കൊണ്ടുവന്നതിനുശേഷം കത്തുകൾ വരുന്നതും കുറഞ്ഞു. സ്വത്തു വിറ്റ് പണം വാങ്ങാൻ പോയപ്പോൾ ഭാസ്കരൻ പറഞ്ഞു. "സ്വത്തു വിൽക്കാനുണ്ടായിരുന്നപ്പോൾ അതിനെക്കുറിച്ച് ഇടയ്ക്കിടയ്ക്ക് കത്തെഴു താനുണ്ടായിരുന്നു. ഇനി കത്തെഴുതാൻ എന്താണ് വിഷയമുള്ളത്. ആരു ടെയെങ്കിലും മരണവിവരം അറിയിക്കാനാണ് ഇനി കത്തെഴുതേണ്ടത്. ആയിരത്തഞ്ഞൂറ് മൈൽ അകലെ ബന്ധം എന്ന് മനസിൽ വിചാരിച്ചാലും യാതൊരു ബന്ധവും ഇല്ലാത്ത അവസ്ഥ. ഓർക്കുമ്പോൾ വേദന തോന്നുന്നു."

ലക്ഷ്മിക്ക് യാതൊരു പിടിപാടും ഇല്ലാത്തതാണ് ഇവിടെതന്നെ സ്ഥിരതാമസമാക്കാനുള്ള മുഖ്യകാരണം.

"അത്രയും ദൂരത്തേക്ക് കൊണ്ടുപോയി വിടണോ?"

"വിട്ടേ പറ്റൂ. അവനെ ഈ സ്ഥലത്തുനിന്നും അകറ്റണം. മുന്നൂറു രൂപാ ശമ്പളമായാലും ശരി എവിടെയായാലും അയയ്ക്കണം. നാട്ടിൽ ധാരാളം ബനിയൻ കമ്പനികൾ തുറന്നിട്ടുണ്ട്. ജോലിക്ക് ആളെ ആവശ്യ മുണ്ടെന്ന് ബോർഡെഴുതി തൂക്കിയിട്ടിരിക്കുന്നത് കാണാം. ഏതെങ്കിലും ബനിയൻ കമ്പനിയിൽ ഭാസ്കരൻ ജോലി വാങ്ങിക്കൊടുക്കും. അവനെ എങ്ങോട്ടെങ്കിലും പറഞ്ഞയച്ചേ പറ്റൂ. അതാണ് അവന് നല്ലത്."

"ഒരു കത്തെഴുതിയിട്...."

"എഴുതിയിട്ടാൽ വാ എന്നാണ് മറുപടി എഴുതുക. ഇത്രയും ദൂര ത്തേക്ക് എന്തിനാണ് പറഞ്ഞയക്കുന്നതെന്ന് ഒരുനിമിഷം പേടിക്കും. എന്നാൽ എന്തെങ്കിലും പ്രശ്നങ്ങളുണ്ടെന്ന് മനസിലാക്കിക്കോളും. ഡിഗ്രി പഠിച്ചവന് അവിടെ ജോലി കിട്ടുക എന്നത് വലിയ കാര്യമൊന്നും അല്ല."

"ഉള്ള ഒരേയൊരു മകനെ പിരിഞ്ഞിരിക്കണമല്ലോ?"

"വേറെന്താണ് ചെയ്യുക. അവൻ നശിക്കുന്നത് കണ്ടുകൊണ്ടിരിക്കാ നാവുമോ? അവന് ഏതുതരം ചങ്ങാതിമാരാണ് ഇപ്പോൾ ഉള്ളതെന്ന് അറിയില്ല. വീട്ടിൽ അടങ്ങിയൊതുങ്ങി കഴിഞ്ഞിരുന്നവന് പെട്ടെന്ന് എന്താണ് പറ്റിയതെന്ന് മനസിലാകുന്നില്ല. എന്നാൽ വല്ലാതെ ചീത്ത യായിരിക്കുന്നു എന്നു മനസിലാകുന്നു. പറഞ്ഞയക്കുന്നതാണ് നല്ലത്."

"അവന് കുറേശ്ശെ തമിഴ് സംസാരിക്കാനറിയാമെന്നല്ലാതെ എഴു താനും വായിക്കാനും അറിയില്ല. അത് പ്രയാസമായിരിക്കില്ലേ?"

"എന്നെന്നേക്കുമല്ലല്ലോ. ഇപ്പോഴത്തേക്ക് ഇങ്ങനെയിരിക്കട്ടെ...."

വെള്ളപ്രശ്നം സംബന്ധിച്ച് വീണ്ടും ബന്ദ്. പത്രവാർത്തകൾ വെങ്ക ട്ടയ്യയെ കൂടുതൽ ഭയപ്പെടുത്തിക്കൊണ്ടിരുന്നു. അവനെ ഈ സമയം അയക്കണോ എന്ന ചോദ്യവും അയാളുടെ മുന്നിൽ തലയുയർത്തി നിന്നു. ആ പ്രശ്നം ഇതുവരെയും വലുതായി പ്രയാസപ്പെടുത്തിയിരു

ന്നില്ല. അതൊരു ഉണങ്ങാത്ത ചെറിയ പുണ്ണുപോലെ ഇരിക്കട്ടെ. അതിനു വേണ്ടി എല്ലാ കാര്യങ്ങളും നീട്ടിവയ്ക്കാനാവുമോ? ഇത് എന്നെന്നേക്കുമായിട്ടുള്ളതല്ലല്ലോ എന്നതിൽ അയാൾ ആശ്വസിച്ചു.

മഹേന്ദ്രന് നാട് ഇഷ്ടപ്പെടും. തീർച്ചയായും ഭാസ്കരനും സഹായിക്കും. ഭാഗ്യം അവനെ ആശ്ലേഷിച്ച് ഉയരത്തിലേക്കെത്തിക്കും. അങ്ങനെ സംഭവിച്ചാൽ നാട്ടിലേക്കു തിരിച്ചുപോകാം. വേരുകൾ അറ്റുപോകാതെ അതിനെ തഴുകുന്നത് എത്ര സുഖകരമാണ്. ബന്ധങ്ങൾ വീണ്ടും വിളക്കിച്ചേർക്കുന്നത് എത്ര ആനന്ദകരമാണ്. ഈ ആനന്ദത്തിനുവേണ്ടിയെങ്കിലും നാട്ടിലേക്കു പോകണം. ഇവിടെ നട്ടുവച്ചിരിക്കുന്ന കോൺക്രീറ്റു ഞാറുകൾ പറിച്ചെടുത്തു കൊണ്ടുപോയി അവിടെ യഥാർഥ ഞാറുകളാക്കി നട്ടു വേരുപിടിപ്പിക്കണം. അതിന് ലക്ഷ്മി സഹകരിക്കുമോ? അവളുടെ ദുർഗുണം ഈ കാര്യത്തിലെങ്കിലും കാട്ടാതിരുന്നാൽ നന്നായിരുന്നു. വർഷങ്ങൾക്കുശേഷം നാട്ടിലേക്കു പോകുന്നതിനെക്കുറിച്ചുള്ള സ്വപ്നം തന്റെ മനസിൽ നാമ്പിടുന്നതിനെക്കുറിച്ചോർത്ത് അയാൾ അത്ഭുതപ്പെട്ടു.

പതിനേഴ്

ഇലകൾ കമ്പിൽ കോർത്തു നിർത്തിയതുപോലെ ജനങ്ങൾ നിന്നിരുന്നു. പലതരം തലകൾ. വെട്ടിനിരപ്പാക്കിയ തലകൾ. സുഗന്ധദ്രവ്യങ്ങൾ വാസനിക്കുന്ന തലകൾ. പലതരം ചിന്തകൾ നിറഞ്ഞതലകൾ. റെയിൽവേ സ്റ്റേഷൻ എപ്പോഴും ഇങ്ങനെയാണ്. തിരക്കുനിറഞ്ഞ്. ഇന്ന് ജനത്തിരക്ക് കൂടുതലാണ്. ഇന്നലെ ട്രെയിൻ ഓടിയിരുന്നില്ല. അതിനാൽ രണ്ടുദിവസത്തെ യാത്രക്കാരുണ്ട്.

മുഖത്തുനിന്നും ശോകത്തെ പറിച്ചെറിഞ്ഞതിനാൽ മഹേന്ദ്രന്റെ മുഖം പ്രസന്നമായിരുന്നു. ചീകി ഒതുക്കിയ തലമുടി മുഖത്തെ സൗന്ദര്യം കൂട്ടിയിരുന്നു. പുതിയ സ്ഥലങ്ങൾ കാണാനുള്ള ഉത്സാഹത്തിലായിരുന്നു അവൻ. അതു കണ്ടിട്ട് വെങ്കട്ടയ്യയും സന്തോഷിച്ചു.

ഇന്നലെ ട്രെയിൻ റദ്ദാക്കിയിരുന്നു. കുടിവെള്ള പ്രശ്നത്തിന്റെ ചെറിയൊരു തീപ്പൊരി എവിടെയൊക്കെയോ പടർന്നിരുന്നു. അടുത്തയാഴ്ച നടക്കാനിരിക്കുന്ന ബന്ദിന്റെ മുന്നോടിപോലെ അതു തോന്നിച്ചു. ഇനി പ്രശ്നങ്ങൾ ഇവിടെനിന്നും ആരംഭിച്ച് അതൊരു വലിയ തീയായി ആളിപ്പടരാം.

ഈ ജനങ്ങളൊക്കെ വെള്ളപ്രശ്നത്തെ ഭയന്ന് ഓടുകയാണെന്ന് വെങ്കട്ടയ്യക്കു തോന്നി. ഇടകലർന്നു ജീവിക്കുന്നതാണ് പ്രശ്നങ്ങൾ ഉണ്ടാക്കുന്നത്. ഞാൻ വേറെ, നീ വേറെയെന്ന് വിഭജിച്ചാൽ ഈ പ്രശ്നങ്ങളൊന്നും ഉണ്ടാവില്ല. എന്നാൽ ഒരുമിച്ചു ജീവിച്ചതിനുശേഷം വേർപിരിഞ്ഞ് വണ്ടികയറി പോകുന്നത് കഷ്ടമാണ്.

ടി വിയിലെ പരസ്യങ്ങളും മറ്റും ശ്രദ്ധിച്ചുകൊണ്ടു ജനങ്ങൾ നിന്നു.

ലക്ഷ്മിയും വെങ്കട്ടയ്യയും മഹേന്ദ്രന്റെ മുഖത്തേക്കും കണ്ണുകളിലേക്കും നോക്കി. അവന്റെ മുഖം നിഷ്കളങ്കനായ ഒരു കുഞ്ഞിന്റെ മുഖംപോലെ കാണപ്പെട്ടു.

"ഇവിടെനിന്നും മാറി കുറച്ചുകാലം മറ്റെവിടെയെങ്കിലും പോയി താമസിച്ചാൽ അവനും ഒരാശ്വാസമാകും. സമ്പാദിച്ചില്ലെങ്കിലും സാരമില്ല. അവന്റെ ചെലവിനായി നമുക്ക് പണം അയച്ചുകൊടുക്കാം. അവന്റെ മനസ്സ് മാറിയാൽ മതി. പ്രവർത്തികൾ മാറണം. അതുമതി."

"മാറുകതന്നെ ചെയ്യും. ജോലിയൊന്നും അത്ര വലുതല്ലെങ്കിലും പോ എന്നു പറഞ്ഞപ്പോൾ പുറപ്പെട്ടില്ലേ. അവനും ഇതൊക്കെ മടുത്തിരിക്കും. അല്ലെങ്കിൽ പെട്ടെന്നെല്ലാം വിട്ടെറിഞ്ഞു പോകാൻ തോന്നുമോ? എങ്ങനെയെങ്കിലും ഭാസ്കരൻ ബനിയൻ കമ്പനിയിൽ ജോലി വാങ്ങിക്കൊടുക്കും. ബനിയൻ കമ്പനിയിലെ ഭൂരിഭാഗം ജോലിക്കാരും വിദ്യാഭ്യാസമില്ലാത്തവരാണ്. അവരുമായി ഇടപഴകാൻ ആദ്യം കുറച്ചു പ്രയാസമായിരിക്കും. ഇടപഴകിക്കഴിഞ്ഞാൽ സ്വന്തം കുടുംബക്കാരെപ്പോലെയായിരിക്കും. അവന്റെ തപ്പിയും തടഞ്ഞുമുള്ള തമിഴും ശരിയായിക്കൊള്ളും."

"വെള്ളത്തിന്റെ പ്രശ്നം വേറെ....."

"അത് അതിന്റെ പാട്ടിന് പോട്ടെ. അവിടെ ഇതിന്റെ അലകളൊന്നും അധികമുണ്ടാവില്ല. ഇനി ഉണ്ടാവുകയും ഇല്ല."

വെങ്കട്ടയ്യ ഉറപ്പിച്ചു പറഞ്ഞു. എന്നാൽ കുറച്ചു ദിവസങ്ങൾക്കകം തന്നെ പ്രശ്നം വലുതായി. അയാൾ ചിന്തിക്കുകകൂടി ചെയ്യാത്ത തരത്തിൽ എന്തൊക്കെയോ സംഭവിച്ചു.

പതിനെട്ട്

എങ്ങനെയെങ്കിലും കുറച്ചു പണം സംഘടിപ്പിക്കണമെന്ന് ഭോജരാജൻ വെങ്കട്ടയ്യയോട് പറഞ്ഞുകൊണ്ടേയിരുന്നു. അയാളുടെ മകന് ഒരു ജോലിക്കുവേണ്ടി പണം ആവശ്യമായി വന്നിരിക്കുന്നു. ജി പി എഫ് ചിറ്റ് അങ്ങനെ എല്ലാം എടുത്തു. ഇനി ഒരു പതിനായിരം രൂപാ കൂടി വേണം. ആരെങ്കിലും ആളുണ്ടെങ്കിൽ പറയണമെന്ന് വെങ്കട്ടയ്യയോട് പറഞ്ഞുവച്ചിരുന്നു. ഭരണകക്ഷിക്കാരനെ പാട്ടിലാക്കിയിട്ടുണ്ടെന്നും അയാൾ മുഖേന പണം കൊടുത്താൽമതി ജോലി കിട്ടിയതുപോലെയാണെന്നും പറഞ്ഞിരുന്നു.

മഹേന്ദ്രനും ഇങ്ങനെയൊരു ജോലി കിട്ടിയാൽ എങ്ങനെയിരിക്കും. എങ്ങനെയെങ്കിലും പണം സംഘടിപ്പിച്ച് ജോലി ശരിയാക്കണം. തല വച്ചെങ്കിലും വാങ്ങണം എന്നൊക്കെ വെങ്കട്ടയ്യയും ചിന്തിച്ചിരുന്നു. ഇന്റർവ്യൂ കാർഡുകൾ വന്നിട്ടുതന്നെ വളരെ നാളുകളായിരിക്കുന്നു. ഇന്റർവ്യൂ ഇല്ലാത്തപ്പോൾ എവിടെ മുട്ടിനോക്കാനാണ്. എന്തുചെയ്യാനാണ്. ഭോജരാജനോട് വെങ്കട്ടയ്യയ്ക്ക് അൽപ്പം അസൂയ തോന്നാതിരുന്നില്ല. കന്തസ്വാമിയെ കണ്ടു പണം കടം ചോദിക്കാം എന്നാണ് പറഞ്ഞിരുന്നത്. എന്നാൽ ആളെക്കൊല്ലുന്ന പലിശയാണ്.

“മൂന്നോ നാലോ ശതമാനം പലിശ വാങ്ങിച്ചല്ലേ പറ്റൂ. ഒരു വർഷത്തെ ശമ്പളം കൈക്കൂലിയായി കൊടുക്കുന്നതല്ലാതെ വേറെ വഴിയൊന്നും കാണുന്നില്ല..... പലിശയ്ക്കു വാങ്ങിയിട്ടാണെങ്കിലും കൊടുത്തേ പറ്റൂ.....”

“പണം കൊടുത്തിട്ടും ജോലി ശരിയായില്ലെന്നു വയ്ക്ക്. അപ്പോൾ.....?”

“നമ്മുടെ തലവിധിയെന്നു വിചാരിക്കുക. രണ്ടുദിവസം കരഞ്ഞും പിഴിഞ്ഞും ഇരിക്കുക. അത്രതന്നെ.”

"എന്തായാലും കന്തസ്വാമി തരുമെന്നു തന്നെയാണ് വിശ്വസിക്കുന്നത്." കന്തസ്വാമിയെ ഓഫീസിൽവച്ച് കാണാനായില്ല. പേരിന് ഓഫീസിൽ വന്നിട്ട് സ്വന്തം കാര്യത്തിനായി ചുറ്റിക്കറങ്ങിക്കൊണ്ടിരിക്കും. അതുകൊണ്ടാണ് കാണാൻ പറ്റാത്തതെന്ന് വെങ്കട്ടയ്യ കരുതി. പരിക്കുപറ്റി വീട്ടിൽ കിടക്കുകയാണെന്ന് ആരോ പറഞ്ഞു. അടുത്തദിവസം രാവിലെ ഭോജരാജനെയും കൂട്ടിക്കൊണ്ട് വെങ്കട്ടയ്യ പോയി.

കന്തസ്വാമിയുടെ വീട് വളരെ മനോഹരമായതായിരുന്നു. മുന്നിൽ വളർന്നുനിൽക്കുന്ന മരങ്ങൾ. നായയുടെ കുര പേടിപ്പിച്ചു കളഞ്ഞു. പണത്തിന്റെ ധാരാളിത്തം വിളിച്ചോതുന്ന ബഹുനില വീട്.

ഗെയിറ്റു തുറന്നയാൾ "ആരാണ്?" എന്നു ചോദിച്ചു. വെങ്കട്ടയ്യ ഓഫീസിന്റെ പേരു പറഞ്ഞു.

"എന്താണ് കാര്യം?"

"പണം സംബന്ധിച്ചാണ്."

"സുഖമില്ലാതെ കിടക്കുകയാണ്. ആരെയും കാണില്ല."

"എന്റെ പേരു പറഞ്ഞാൽ മതി."

"ഇല്ല, ആരായാലും കാണില്ല."

ഭോജരാജനെ നോക്കി. അയാളുടെ മുഖം ഇരുണ്ടിരുന്നു. തന്റെ മകന്റെ ജോലി ആരോ തട്ടിപ്പറിച്ചെടുത്തതുപോലെ അയാൾക്കു തോന്നി. എന്താണ് ചെയ്യുക എന്നു ചോദിച്ചു. അയാൾ തന്റെ സങ്കടം പറഞ്ഞുകൊണ്ടിരുന്നു. അവർ തമ്മിൽ സംസാരിക്കുന്നത് ഗേറ്റ് തുറന്നയാൾ ശ്രദ്ധിക്കുന്നുണ്ടായിരുന്നു.

"നിർബന്ധമായും കാണണോ?" എന്ന് അവൻ തമിഴിൽ ചോദിച്ചു.

"വേണം, അത്യാവശ്യമാണെന്ന് പറയ്."

അവൻ ഗേറ്റു തുറന്നു. അകത്തേക്കു കടക്കുമ്പോൾ വെങ്കട്ടയ്യ പറഞ്ഞു.

"നമ്മൾ തമിഴിൽ സംസാരിച്ചത് ഉപകാരമായി."

കന്തസ്വാമി കട്ടിലിൽ ചാരി ഇരിക്കുകയായിരുന്നു. ടി വിയിൽ ഏതോ സിനിമ കളിച്ചുകൊണ്ടിരുന്നു. ശബ്ദം കുറച്ചു. അയാളുടെ തലയിലും ഇടതുകൈയിലും ബാന്റേജുകളുണ്ടായിരുന്നു.

"എന്താണു പറ്റിയത്? ആക്സിഡന്റാണോ?"

"അതെ...."

"ഓഫീസിൽ വരാറില്ലെന്നു പറഞ്ഞു. എന്നാൽ ഇതൊന്നും പറഞ്ഞിരുന്നില്ല."

"ആരോടും പറഞ്ഞിട്ടില്ല. നമ്മുടെ സമയദോഷം."

"ആക്സിഡന്റ് തന്നെയാണോ.....?"

"അല്ല."

ശബ്ദമില്ലാതെ കളിച്ചുകൊണ്ടിരുന്ന ടി വിയിലേക്ക് കന്തസ്വാമി നോക്കി. അയാളുടെ മുഖഭാവം പെട്ടെന്നു മാറി.

"ഇദ്ദേഹം ഭോജരാജൻ. സുഹൃത്താണ്. എന്റെ നാട്ടുകാരനാണ്." വെങ്കട്ടയ്യ പരിചയപ്പെടുത്തി. കന്തസ്വാമി ടി വിയിൽനിന്നും മുഖം തിരിച്ചു.

"പണത്തിനാണോ?"

"അതെ, എന്റെ മകന് ഒരു ജോലി ശരിയായിട്ടുണ്ട്. അതിനാണ്." വെങ്കട്ടയ്യക്ക് അൽപ്പം സമാധാനമായി.

"തരാം. പ്രോനോട്ടും സ്റ്റാമ്പു പേപ്പറുമൊക്കെ എഴുതിവയ്ക്കാം. രണ്ടുദിവസം കഴിഞ്ഞു വാ. വെങ്കട്ടയ്യ പറഞ്ഞതുകൊണ്ടു മാത്രമാണ്. നിങ്ങളും കൃത്യമായി മാസാമാസം പലിശ എത്തിക്കണം."

മടങ്ങുമ്പോൾ ഈ ബാന്റേജുകൾ എന്തിനാണെന്ന് ചോദിക്കാൻ വെങ്കട്ടയ്യക്കു തോന്നി. പറയാൻ മടിക്കുമ്പോൾ, ചോദിക്കാൻ തോന്നിയില്ല. അയാളുടെ മുഖത്ത് രണ്ടു മൂന്നുദിവസത്തെ താടിരോമങ്ങൾ വളർന്നു കിടന്നിരുന്നു. വേഗം സ്കൂട്ടർ ഓടിച്ചുപോകുന്ന രൂപമാണ് കന്തസ്വാമിയെക്കുറിച്ചോർക്കുമ്പോൾ ഓർമയിലെത്തുക. സ്കൂട്ടർ അയാളെ എടുത്തെറിഞ്ഞതുപോലെ ഇപ്പോൾ കട്ടിലിൽ കിടക്കുന്നു.

"ആരെങ്കിലും ചോദിച്ചാൽ ആക്സിഡന്റായി കിടപ്പിലാണെന്നു പറയട്ടെ."

കന്തസ്വാമി ചെറുതായി പുഞ്ചിരിച്ചു.

"പറയാതിരുന്നിട്ട് കാര്യമില്ല. ആരെങ്കിലും പറഞ്ഞറിയുകയെങ്കിലും ചെയ്യുമല്ലോ" കന്തസ്വാമി നന്നായി ചുമരിൽ ചാരിയിരുന്നു.

"മിനിഞ്ഞാന്ന് ബന്ദായിരുന്നല്ലോ. പതിവുപോലെ അന്നുകാലത്ത് പണം പിരിക്കാൻ പോവുകയായിരുന്നു. എലിഫന്റ് ബ്രിഡ്ജിനടുത്തു നാലഞ്ചുപേർ നിന്നിരുന്നു. എല്ലാവരും എന്നോട് പണം വാങ്ങുന്നവരാണ്. അവർ എന്നെ ഒരുമാതിരി നോക്കി. വണ്ടി ആശുപത്രി മുക്കിലേക്കു തിരിയുമ്പോൾ വിർർ എന്ന് എന്തോ ശബ്ദം കേട്ടു. തിരിഞ്ഞുനോക്കാനായി വണ്ടി തിരിച്ചപ്പോൾ ഒരു കുപ്പി തലയ്ക്കുനേരെ പാഞ്ഞുവന്നു. പാതി ഉടഞ്ഞ കുപ്പി. വണ്ടി തിരിച്ചില്ലായിരുന്നെങ്കിൽ കൃത്യമായി തലയിൽ വന്നു കൊള്ളുമായിരുന്നു. കാതിനരികിൽ നല്ല മുറിവാണ്. വണ്ടി തിരിച്ച് ആശുപത്രിയിലേക്കു പോയി. തിരിഞ്ഞുനോക്കിയപ്പോൾ അവർ ചിതറിയിരുന്നു. എന്റെ കൈയിൽനിന്നും പണം കടം വാങ്ങിയവനാണ്. പണം തരാൻ താമസിച്ചപ്പോൾ അവരുടെ ഷർട്ടിൽ കയറിപ്പിടിച്ചിരുന്നു. ബന്ദ് അവർക്കൊരു സന്ദർഭമായിരുന്നു. ബന്ദ് ദിനത്തിൽ എന്തൊക്കെയോ സംഭവിക്കുന്നു. നമ്മളോടുള്ള ദേഷ്യം ഇങ്ങനെ തീർത്തിരിക്കുന്നു. നമ്മൾ കരുതലോടെ ഇരിക്കേണ്ടിയിരിക്കുന്നു. നമ്മൾ അന്യനാട്ടുകാരാണ്. നമ്മൾ വേറെ ആൾക്കാരാണെന്ന് ഓരോ കാര്യത്തിലും മനസിലാക്കേണ്ടിയിരിക്കുന്നു. ആ കുപ്പി അന്ന് ദേഹത്തു തട്ടിയില്ലായിരുന്നെങ്കിൽ മറ്റൊരു ദിവസം ശ്രമിക്കും. ഇനി വീണ്ടും ശ്രമിച്ചുകൂടായ്കയില്ല."

പെട്ടെന്ന് തലയിൽ വേദനിച്ചതുപോലെ കന്തസ്വാമി തലയിൽ തൊട്ടുനോക്കി. അയാളുടെ മുഖം ഇരുളിൽ ആണ്ടതുപോലെ തോന്നി. അയാൾ ടി വി യിലെ പടത്തിലേക്ക് നോക്കി ഇരുന്നു.

"ഏതിനും അൽപ്പം ജാഗ്രതയോടെ ഇരിക്കണം. വെള്ളത്തിന്റെ പ്രശ്നം വന്നപ്പോൾ നമ്മളെ വേറെ ആൾക്കാരായി വേർതിരിച്ചുകാണാൻ തുടങ്ങിയിരിക്കുന്നു. പുറത്തും തമിഴിൽ സംസാരിക്കുന്നത് നിർത്തിയേക്ക്. ലോക്കൽ ലാംഗ്വേജിൽതന്നെ സംസാരിക്കുന്നതാണ് നല്ലത്. ഇതിലൊന്നും ഭയന്ന് നാടുവിട്ടു പോവുകയൊന്നും ഇല്ല. പോകാതിരിക്കാനും പറ്റില്ല. ജീവൻ രക്ഷിക്കാനെങ്കിലും പോയേ തീരൂ."

വീഥി തിരക്കുനിറഞ്ഞതായിരുന്നു. പെട്ടെന്ന് ജനങ്ങളുടെ മുഖത്ത് ഏതൊക്കെയോ വേർപാട് കാണുന്നതുപോലെ തോന്നി. ബന്ദ് സമാധാനപരമായിരുന്നു എന്ന് വാർത്തയുണ്ടെങ്കിലും ചെറിയ ചെറിയ മോശം വാർത്തകളും വന്നുകൊണ്ടിരുന്നു. ദൂരെയിരിക്കുന്നവർക്കു വിപത്തു നേരിടുമ്പോൾ മനസ്സ് വേദനിക്കും. എന്നാൽ അടുത്തുള്ളവരുടെ കരച്ചിലിനെക്കാൾ കൂടുതൽ ബാധിക്കില്ല. കന്തസ്വാമിയുടെ തലയിലെ മുറിവ് അൽപ്പം ഭയമുളവാക്കി, വന്നുചേരാത്ത വാർത്തകൾപോലെ.

"നമ്മുടെ ആൾക്കാരുടെ അവസ്ഥ അൽപ്പം മോശമാണ്."

"അതെ, കേൾക്കുമ്പോൾ ദുഃഖമുണ്ട്."

"വന്നിട്ട് അനേകം വർഷങ്ങളായി. മക്കളേയും പഠിപ്പിച്ചു. അവർക്കും ഇവിടെതന്നെ ജോലി ലഭിക്കാനാണ് ഇങ്ങനെ പാഞ്ഞുനടക്കുന്നത്. എന്നാൽ നമ്മൾക്ക് എന്ത് മര്യാദയാണ് ഇവിടെയുള്ളത്."

"എനിക്കും അങ്ങനെതന്നെയാണ് വെങ്കട്ടയ്യ."

"ഭയം ഒളിപ്പിച്ചുവച്ചിട്ട് ജീവിക്കണം."

എലിഫന്റ് ബ്രിഡ്ജ് എല്ലാറ്റിനും സാക്ഷിയായി നിന്നിരുന്നു. ബ്രിഡ്ജിന്റെ തുരംഗപാതയിൽ എപ്പോഴും വിളക്കുണ്ടാവില്ല. വിളക്കു കൊളുത്തുന്നത് പ്രയാസമുള്ള കാര്യമല്ല. എന്നാൽ വിളക്കില്ലാതിരിക്കുന്നത് ശീലമായതുപോലെയാണ്. ഇരുട്ടാണ്. മുന്നിൽ നടക്കുന്ന ഭോജന്റെ രൂപം മറ്റൊരിരുട്ടായി തോന്നി.

പത്തൊൻപത്

വെങ്കട്ടയ്യ തന്റെ മുന്നിലിരിക്കുന്ന പ്ലെയിറ്റ് ഒരു വിചിത്രജീവിയെ പോലെ നോക്കി. ചോറ്, തക്കാളിപോലും ഇല്ലാത്ത പരിപ്പു കറി. തക്കാളിയും പച്ചക്കറികളും കണ്ടിട്ടുതന്നെ നാലഞ്ചുദിവസങ്ങളായിരിക്കുന്നു. തക്കാളി ചേർക്കാത്ത ഒന്നും അയാൾക്ക് പിടിക്കില്ല. എന്നാൽ വേറെ വഴിയില്ലാത്തതുകൊണ്ട് നാലഞ്ചു ദിവസങ്ങളായി ഇതുതന്നെയാണ് കഴിച്ചുകൊണ്ടിരിക്കുന്നത്. മാർക്കറ്റു ഭാഗത്തേക്കുതന്നെ പോയിട്ട് ദിവസങ്ങളാകുന്നു. വീട്ടുവേല ചെയ്യുന്ന സമയം ഒഴിച്ച് ബാക്കി സമയം മുഴുവൻ ലക്ഷ്മി പതിവുപോലെ കിടത്തം തന്നെയാണ്. മാർക്കറ്റിൽ പോയിട്ടുവരാമെന്ന് അവളോടുപറയാൻ അയാൾക്ക് ആയില്ല.

എവിടെയെങ്കിലും നടന്നുകൊണ്ടിരിക്കുന്ന അടിപിടികൾ വാർത്തകളായി വന്നുകൊണ്ടിരുന്നു. വാർത്തകൾ പത്രങ്ങളുടെ മൂലകളിലും പ്രത്യക്ഷപ്പെട്ടുകൊണ്ടിരുന്നു. പല പത്രങ്ങളും അവ ഒഴിവാക്കിയിരുന്നെങ്കിലും ആരെങ്കിലും ആ വാർത്തകളെ വിമർശിക്കുന്ന വിധത്തിൽ അവ പരത്തി പറഞ്ഞുകൊണ്ടിരുന്നു. നഗരം ഇത്രയും മോശാവസ്ഥയിലാകരുതായിരുന്നെന്ന് വെങ്കട്ടയ്യ ആത്മഗതം ചെയ്തു.

“എന്താ ഭക്ഷണം കഴിക്കാതെ ഇരിക്കുന്നത്?”

“കഴിക്കാം.”

“വെറും വേവിച്ചത് ഇനിയും എത്രനാൾ കഴിക്കണമെന്നാലോചിക്കുകയാണോ?”

“ഉം.”

“അടുത്തവീട്ടിലെ ഡെയ്സി ഇന്നു മാർക്കറ്റിൽ പോകുന്നുണ്ടെന്നു പറഞ്ഞിരുന്നു. കുറച്ചു തക്കാളിയെങ്കിലും വാങ്ങിവരാൻ പറയുന്നുണ്ട്.”

“വാങ്ങിക്കൊണ്ടു വരുമോ?”

“അവർക്കെന്താ? നമ്മുടെ ആൾക്കാർ പുറത്തിറങ്ങി നടന്നാലാണ് പ്രശ്നം? പെട്ടെന്നു കണ്ടുപിടിക്കും. ഡെയ്സിയോടു പറയാം.”

ഒമ്പതു മണിവരെ വെങ്കട്ടയ്യ വീട്ടിൽതന്നെ കൂനിക്കൂടി ഇരിക്കും. ബസു കിട്ടില്ലെന്ന തിരക്ക് വീട്ടിൽ കാണിക്കും. ഓഫീസിൽപോയി ഇരുന്നാൽ ഇരിപ്പുറയ്ക്കില്ല. എപ്പോഴാണ് വീട്ടിലേക്കു പോവാനാവുക എന്ന ചിന്ത യായിരിക്കും. മൂന്നു മണികഴിഞ്ഞാൽ നിൽക്കകള്ളി കിട്ടില്ല. ദിവസവും ബന്ദിന്റെ കാരണം പറഞ്ഞ് ഓഫീസ് വിട്ട് നേരത്തെ പുറത്തിറങ്ങാനാവില്ല. തന്റെ ഭയം മറ്റുള്ളവർ മനസിലാക്കരുത്. ഇനിയും ഇങ്ങനെ എത്രനാളാണ് കഴിയുക.

പച്ചക്കറി മാർക്കറ്റിൽപ്പോലും പോകാൻ പേടിയാണ്. ഏതോ ഒരു ത്തൻ പച്ചക്കറി പെറുക്കിയെടുക്കുമ്പോഴുണ്ടായ കശപിശയിൽ തമിഴിൽ സംസാരിച്ചപ്പോൾ എതിരാളി അവനെ അടിച്ചു.

“എന്തോ, അപരിചിതരുടെ സഞ്ചാരം അധികരിച്ചതായി തോന്നുന്നു.”

“നീ എന്തടിസ്ഥാനത്തിലാണ് പറയുന്നത്. വലിയ നഗരത്തിൽ അപ രിചിതർ സഞ്ചരിക്കുന്നത് സഹജമല്ലേ.”

“വലിയ നഗരത്തിൽ സഹജമാണ്. എന്നാൽ രണ്ടുമൂന്നു ദിവസമായി ജനലിലൂടെ കാണുന്നവർ പുതിയ ആൾക്കാർ തന്നെയാണെന്നാണ് തോന്നു ന്നത്. എവിടെയൊക്കെയോ കലാപം ഉണ്ടായേക്കാം എന്ന ഭയം. കരുണയി ല്ലാതെ കലാപമുണ്ടാക്കി വിടുന്നവർ അടുത്ത വീട്ടുകാരനോ പരിചയക്കാരോ ആയിരിക്കില്ല. പുതിയ ആൾക്കാരാണ്. ആരെങ്കിലും പറഞ്ഞുവിട്ടവരാ യിരിക്കണം.

“നിന്റെ ഭ്രമമായിരിക്കാം.”

ലക്ഷ്മിയോട് അങ്ങനെ പറയാൻ പറ്റിയെങ്കിലും അയാളുടെ മന സിലും ആ ഭയം വന്നുകൊണ്ടിരുന്നു. അയൽക്കാരൻ വലിയ കലഹങ്ങ ളൊന്നും ഉണ്ടാക്കാതെ “ഞാൻ ഇവിടെ ജനിച്ചു വളർന്നവനാണ്” എന്നു പറഞ്ഞത് ഓർമയിലെത്തി.

“കഴിക്ക്.”

ചോറ് തൊണ്ടയിലൂടെ ഇറങ്ങിയില്ല. അൽപ്പം ഉപ്പുചേർത്തു. ഒരു സ്വാദും ഇല്ല. കഴിച്ചേ പറ്റൂ. ഭക്ഷണം വിഴുങ്ങവേ ഒരുതരം ദുഃഖം തൊണ്ട യിൽ വന്നടഞ്ഞു. തൊണ്ടയിൽ ചോറുരുള അങ്ങനെതന്നെ നിന്ന് വിഷം വിഴുങ്ങുന്ന അവസ്ഥയിലെത്തിച്ചു. കുറച്ചധികം അരിവാങ്ങി വയ്ക്കണം. തുവരപരിപ്പും. ലഹള വർധിച്ചാൽ ഒക്കെ കിട്ടാൻ പ്രയാസമായിരിക്കും. വിനാ യകചതുർഥിയും റംസാനും വരികയാണ്. അപ്പോൾ നഗരത്തിൽ തിരക്കോടു തിരക്കായിരിക്കും. ചില ജീവൻ നഷ്ടപ്പെടും. ഇപ്പോൾ വേറൊരു കാരണവും ലഭിച്ചിരിക്കുകയാണ്. പുതിയ കാരണം കുടിവെള്ള പ്രശ്നം. ഇതൊക്കെ ലഹള നീണ്ടുപോകാനുള്ള അനുകൂല കാരണങ്ങളാണ്. എപ്പോൾ അവസാനിക്കുമെന്ന് പറയാൻ പറ്റില്ല. ഓർക്കുമ്പോൾ അയാൾക്കു പരിഭ്രമം ഏറിക്കൊണ്ടിരുന്നു.

“ഭോജരാജന്റെ വീട്ടിൽ പോകാമെന്നു പറഞ്ഞിരുന്നല്ലോ?”

“പറഞ്ഞതു ശരിയാണ്. വീടുവിട്ടു പുറത്തിറങ്ങുക എന്നുവച്ചാൽ ചിന്തിക്കാനേ പറ്റുന്നില്ല.”

“മരണം അറിഞ്ഞിട്ടുകൂടി പോകാതിരുന്നാലോ?”

"പോകണം. എന്നാൽ പുറത്തേക്കിറങ്ങേണ്ട കാര്യം ആലോചിക്കുമ്പോൾ ദേഹം വിറയ്ക്കുന്നു."

ഭോജരാജന്റെ അമ്മ മരിച്ചുപോയി. അവരുടെ മരണവിവരം അറിഞ്ഞപ്പോൾ, അത് ഈ കലാപം കൊണ്ടായിരിക്കുമോ അവർ മരിച്ചതെന്ന് വെങ്കട്ടയ്യ ആദ്യം ചിന്തിച്ചുപോയി. എന്നാൽ വയസ്സ് എൺപതായ കാര്യം ഓർമയിലെത്തിയപ്പോൾ ആശ്വാസംതോന്നി. മരണം എന്നു കേൾക്കുമ്പോൾ കലാപംമൂലം ഉണ്ടായ മരണമെന്നാണ് മനസു പറയുക. അത് അയാളെ ദുഃഖിപ്പിച്ചു. ഭോജരാജൻ അയാളുടെ മകന്റെ ജോലിക്കുവേണ്ടി കന്തസ്വാമിയുടെ കൈയിൽനിന്നും വാങ്ങിയ പണം തീർച്ചയായും അമ്മയുടെ മരണാനന്തരകർമങ്ങൾക്ക് ചെലവായിരിക്കും. മരണവീട്ടിൽ അയാൾ പോയിട്ടുവന്നു. ലക്ഷ്മിക്കു സുഖമില്ലാത്തതുകൊണ്ടാണ് വരാൻ പറ്റാഞ്ഞതെന്നു പറഞ്ഞു. എന്തായാലും ലക്ഷ്മിയും ഒരുതവണ പോയിട്ടുവരുന്നത് നന്നായിരിക്കുമെന്ന് അയാൾക്കു തോന്നി.

"പോകാം. എപ്പോഴാണ് പോകേണ്ടതെന്ന് നിങ്ങള് പറയ്."

"മരണവീട്ടിൽക്കൂടി പോകാതിരിക്കുന്നത് നല്ലതല്ല. പക്ഷേ ഭയം തോന്നുന്നു."

ദൈവമണി പറഞ്ഞ കാര്യം അവളെ വല്ലാതെ വിഷമിപ്പിച്ചുകൊണ്ടിരുന്നു. മഞ്ഞത്താലിച്ചരടണിഞ്ഞ സ്ത്രീകളെ കണ്ടാൽതന്നെ വർഗത്തെ തിരിച്ചറിയുമത്രെ. താലി അറുത്തെറിഞ്ഞ സംഭവങ്ങളും നടക്കുന്നുണ്ടത്രെ. പുറത്തേക്കുപോകുമ്പോൾ താലി അഴിച്ചുവച്ചിട്ടു പോകുന്നതോ, താലി മറച്ചുവച്ചിട്ടു പോകുന്നതോ ആണ് നല്ലതെന്നും ദൈവമണി പറഞ്ഞിരുന്നു. അവൾപോലും കറുത്തമണികൾ കോർത്ത ഒരു ചെയിൻ വാങ്ങിയിരുന്നു. അത് വെളിയിൽ കാണുംവിധത്തിൽ കഴുത്തിലണിഞ്ഞിരുന്നു. അതാണ് സുരക്ഷിതത്വം എന്നും അവൾ പറഞ്ഞു.

ലക്ഷ്മിയുടെ കണ്ണുകൾ നിറഞ്ഞു. കണ്ണുനീർ കവിളിലൂടെ ഒലിച്ചിറങ്ങി. തന്നെ ആരോ പെട്ടെന്ന് താഴേക്കു തള്ളിയിട്ടതുപോലെ വെങ്കട്ടയ്യക്കു തോന്നി.

"എന്തുപറ്റി......?"

"താലി അഴിച്ചുവച്ചിട്ട് പുറത്തുപോകണമത്രെ....."

അയാളൊന്നും പറയാതെ കഴുകിവച്ച പ്ലേറ്റിലേക്കു നോക്കി.

പ്ലേറ്റിൽ ഊറിയ വെള്ളം അലയടിക്കുന്നതുപോലെ തോന്നി. വക്കിൽ അഴുക്കു പുരണ്ടതുപോലെയും.

"വല്ലാത്ത ക്രൂരത തന്നെയായിരിക്കുന്നു......"

പല്ലുകൾ ഞെരിക്കണമെന്നു തോന്നി. ചുവരിൽ ഇടിച്ച് മേൽക്കൂര വീഴുംവണ്ണം എന്തെങ്കിലും ചെയ്യണമെന്നു തോന്നി. ശ്വാസംമുട്ടലിൽ ജീവിക്കാൻ വെമ്പുന്നവനെപ്പോലെ, എല്ലാം പുതുതായി കാണുന്നതുപോലെ കാണണം. വെങ്കട്ടയ്യയുടെ കണ്ണുകൾ പുകഞ്ഞു.

"ദാമോദരന് എന്താണാവോ പറ്റിയത്..... മാർക്കറ്റിലേക്ക് അയക്കാൻപോലും ആളില്ലാതെ പോയല്ലോ...."

മരണംവരുന്നില്ലല്ലോ എന്നുപറഞ്ഞ് തെരുവിൽ അലയുന്ന ദാമോദരനെപ്പോലെ തനിക്കും അലഞ്ഞുനോക്കണമെന്നു തോന്നി.

ഇരുപത്

രാജ്ഭവൻ റോഡിനിരുവശവും പച്ചപ്പരവതാനി വിരിച്ചതുപോലെയുണ്ടായിരുന്നു. വാഹനങ്ങൾ ഓടുന്ന സ്ഥലമൊഴികെ മറ്റെല്ലായിടവും പച്ചപ്പിന്റെ തണൽവീണ് തണുപ്പു പടർന്നിരിക്കുന്നതായി കന്തസ്വാമിക്കു തോന്നി. നീണ്ടുകിടക്കുന്ന റോഡ്. ഇരുഭാഗങ്ങളിലും പുൽപരപ്പ്. പച്ച വിരിച്ചു നിൽക്കുന്ന മരങ്ങൾ. അതിലൂടെ പോകുമ്പോൾ വണ്ടിനിർത്തിയിട്ട്, കന്തസ്വാമി ഏതെങ്കിലും മരത്തിന്റെ ചുവട്ടിൽ പോയി അൽപ്പനേരം ഇരിക്കും.

ഇന്നും അൽപ്പനേരം എവിടെയെങ്കിലും ഇരുന്നു വിശ്രമിച്ചിട്ടു പോകാമെന്നു വിചാരിച്ചു. ചാലിവാഹനൻ പ്രതിമയ്ക്കടുത്ത് ഒരുമരം ഒറ്റയായി നിന്നിരുന്നു. സഞ്ചി തലയ്ക്കു ചുവട്ടിൽവച്ച് അൽപ്പനേരം കിടന്നാൽ നല്ല ഉറക്കം കിട്ടും. ആരെങ്കിലും കുലുക്കിവിളിച്ചാലേ ഉറക്കം തെളിയൂ. അങ്ങനെ സംഭവിച്ചിട്ടുമുണ്ട്. നല്ല തണുത്ത കാറ്റ്.

കാറ്റിലെ തണുപ്പ് അയാളുടെ ശരീരത്തെ ആക്രമിച്ചുകൊണ്ടിരുന്നു. അയാളെ നിർത്തിയിരിക്കുകയാണ്. ആരോ പെട്ടെന്നു വൈക്കോലുകൾ കൊണ്ടു പൊതിഞ്ഞു. തലയും കാലുകളും മൂടപ്പെട്ടു. വലിയ വൈക്കോൽ കൂനയ്ക്കകത്ത് തന്നെ തള്ളിക്കയറ്റിയതുപോലെ തോന്നി. കൈകൾ നീട്ടിയപ്പോൾ വൈക്കോലിന്റെ പരുപരുപ്പ് അറിയാനായി. കുറെ ദൂരത്തോളം വൈക്കോൽ നിറഞ്ഞു കാണപ്പെട്ടു.

ഏതോ ഒരു കോണിൽ തീ പടർന്നിരുന്നു. കത്തിക്കരിയുന്ന മണം. തീജ്വാല സാവധാനം പടർന്നുകൊണ്ടിരുന്നു. കാലിന്റെ ഭാഗത്തേക്കാണോ പടരുന്നത്? ചൂട് അനുഭവപ്പെടുന്നു. നാലു ഭാഗത്തുനിന്നും തീജ്വാല പടരുന്നതായി മനസിലായി. വേഗത്തിൽ തന്നെ വന്നുപൊതിയുന്ന തീജ്വാലയ്ക്കുള്ളിൽവച്ച് കത്തിക്കരിയുന്നത് വേദനയില്ലാതെ അനു

ഭവിച്ചറിഞ്ഞാൽ നന്നായിരിക്കുമെന്നു തോന്നി. തീജ്വാലകൾ മൂക്കിനകത്തേക്ക് ശ്വാസംപോലെ പടർന്നു.

തിരമാലകൾ വന്നടിച്ചിട്ടു പോയതുപോലെ എന്തോ ഒന്ന് ദേഹത്തെ വിറപ്പിച്ചു. വാഹനം നിർത്തിയിട്ട് ഈ വിറയൽ മാറ്റണം. ചുവന്നിരിക്കുന്ന മുഖം ശരിയാക്കണം. പച്ചപ്പുൽപ്രദേശം കടന്ന് വളരെ ദൂരെ വന്നിരിക്കുന്നു. ഇപ്പോൾ ചുറ്റും കാണുന്നത് പാറകളാണ്. പലതരം പാറകൾ. ആരായിരിക്കും ഇങ്ങനെ പാറകൾ കൂട്ടിയിട്ട് പോയിരിക്കുക. ഈ പാറകൾ കാണുമ്പോൾ ഒരിക്കലും മടുപ്പുണ്ടായിരുന്നില്ല. കുഞ്ഞുങ്ങളുടെ മൃദുലമായ തുടകൾപോലെ മഴയും കാറ്റും വെള്ളവും തട്ടി മൃദുലമായി. ഒന്നിന്റെ മുനയിൽ മറ്റൊന്ന് തൊട്ടുനിൽക്കുന്നതുപോലെ. പാറകളുടെ വിള്ളലുകളിൽ പോയി ഒളിക്കാം ഈ മനുഷ്യരിൽനിന്നും രക്ഷപ്പെടാനായി. പാറകളിൽ മെല്ലെ തഴുകി രസിക്കാം. പലതരം രൂപങ്ങൾ പാറയിൽ കണ്ടു മനസിൽ പതിപ്പിക്കാം. പാറകളെത്തന്നെ നോക്കിക്കൊണ്ടു കന്തസ്വാമി നിന്നു.

തലയിലെ മുറിവിൽ നേരിയ വേദന അനുഭവപ്പെട്ടു. കെട്ട് ഇന്നാണ് അഴിച്ചത്. വെറുതെയിരിക്കുന്നത് അസഹ്യമായി തോന്നി. വർമാ റാവുവിന്റെ പക്കൽനിന്നും പണം കിട്ടാനുണ്ടായിരുന്നു. എന്തായാലും ഒന്നു ചെന്നു നോക്കിയിട്ടുവരാമെന്നുവച്ചാണ് പുറപ്പെട്ടത്. അവിടവിടെ എന്തൊക്കെയോ സംഭവിച്ചുകൊണ്ടിരുന്നു. പകൽനേരത്ത് മറ്റൊരാളെ കൈനീട്ടി അടിക്കുന്നിടത്തോളം സ്ഥിതിഗതികൾ എത്തിയിട്ടില്ലെന്നതിൽ സമാധാനിച്ചു.

പെട്ടെന്ന് അതിവേഗതയിൽ ഒരു ലോറി കടന്നുപോയി. ലോറിയുടെ തുറന്ന പിൻഭാഗത്തുകൂടി അതിൽ ധാരാളം പേർ നിൽക്കുന്നതു കണ്ടു. കൈകളിൽ മരക്കട്ടകൾ.

വണ്ടി സ്റ്റാർട്ടാക്കാനായി കുനിഞ്ഞു. മരക്കട്ടകൾ ഉയർന്നുവരുന്നതായി അറിഞ്ഞു. അവയ്ക്കുപിന്നിൽ ജനങ്ങൾ. അവർ ആവേശത്തോടെ നടന്നുവരികയാണ്.

അവർ ഏതു ദിശയിലേക്കാണ് നടന്നുവരുന്നതെന്ന് ഗണിക്കാനായില്ല. അവരുടെ വേഗതയാണ് കണ്ണിൽപ്പെട്ടത്. വണ്ടിയിൽനിന്നും കൈപിടിവിട്ടു. വണ്ടി ഒച്ചയോടെ മറിഞ്ഞുവീണു. കണ്ണാടി ഉടയുന്നതുപോലത്തെ ശബ്ദം കേട്ടു. അവിടെനിന്നും ഓടി രക്ഷപ്പെടുകയാണ് നല്ലതെന്നു തോന്നി. കൈയിൽ സഞ്ചിയുണ്ടായിരുന്നു. അല്ലായിരുന്നെങ്കിൽ സഞ്ചിയന്വേഷിച്ച് ഒരിക്കൽകൂടി വണ്ടിക്കടുത്തേക്കു വരേണ്ടിവരുമായിരുന്നു. അയാൾ ഓടാൻ തുടങ്ങി.

അത് ഒരു തോട്ടംപോലെ തോന്നിച്ചു. കമ്പിവേലി തകർത്തിരുന്നു. ചെറിയ ഇരുമ്പുഗേറ്റ്. തൊട്ടപ്പോൾ അത് ശബ്ദമുണ്ടാക്കി. "അതിക്രമിച്ചു കയറുന്നവർ ശിക്ഷിക്കപ്പെടും" എന്ന് മൂന്നുഭാഷകളിൽ മുന്നറിയിപ്പ് എഴുതിവച്ചിരുന്നു. വെങ്കട്ടയ്യയും ഇങ്ങനെ തന്നെയാണ്. കാര്യങ്ങൾ ഒരേസമയം മൂന്നുഭാഷകളിൽ പറയും. അതിൽ പരിഹാസം ഉണ്ടാകും. വെങ്കട്ടയ്യ

യെക്കുറിച്ച് ഇപ്പോൾ എന്തിനാണ് ഓർത്തത്? അയാൾ സുഹൃത്തിനായി വാങ്ങിക്കൊണ്ടുപോയ പണമാണ് സമീപകാലത്തെ വീഴ്ച. ഇനി കൊടുക്കേണ്ട ആവശ്യമില്ല. കൊടുത്താലും പലിശയും മുതലുംവസൂലാക്കുന്നത് പ്രയാസകരമാണ്. വേണ്ടെന്നു കരുതിയതായിരുന്നു. വെങ്കട്ടയ്യയിലുള്ള വിശ്വാസത്തിലാണു കൊടുത്തത്. വിശ്വാസമൊക്കെ നശിച്ചുവരികയാണല്ലോ.

ആ ജനക്കൂട്ടം ഏതു ഭാഗത്തേക്കാണ് പോയതെന്നറിയില്ല. ചെരിപ്പിന്റെ വാററ്റു ദൂരേക്കുപോയി വീണു. തകർന്ന കതകിന്റെ പകുതി ഭാഗത്തുകൂടി നോക്കി. ജനക്കൂട്ടം അകന്നു പോയിക്കൊണ്ടിരുന്നു. അവരുടെ ആവേശം ഇനിയും തണിഞ്ഞിട്ടില്ല. അട്ടഹാസങ്ങളോടെ രക്തം ഒഴുകുന്നതു കണ്ടാലേ ആവേശം തണുക്കുകയുള്ളൂ. സംഘം തന്റെ നേർക്കാണ് വരുന്നതെന്നു കരുതി വളരെ ദൂരേക്ക് ഓടിവന്നിരിക്കുന്നു. വണ്ടി കിടക്കുന്നിടത്തേക്കു നോക്കി.

പെട്ടെന്ന് വാഹനത്തെ ആരോ മറച്ചതുപോലെ തോന്നി. അല്ലെങ്കിൽ അപഹരിച്ചു കൊണ്ടുപോയിരിക്കുമോ? പരുന്തു പറക്കുമ്പോൾ കോഴിക്കുഞ്ഞുങ്ങളെ പുറത്തേക്കു വിടുന്ന തെറ്റുപോലെ ആയിപ്പോയി. തന്റെ കാണാമറയത്ത് വണ്ടി ഉണ്ടായിരിക്കുമെന്ന ചിന്ത ആശ്വാസമേകി.

വഴിയരികിൽ കിടന്നിരുന്ന ഒരു കല്ലിന്മേൽ ഇരുന്നു. ഗേറ്റ് പടപടാന്ന് ആടിക്കൊണ്ടിരുന്നു. സാവധാനം കണ്ണുകൾ ഉയർത്തിയപ്പോൾ നാലു കണ്ണുകൾ അയാളെ തന്നെ നോക്കിക്കൊണ്ടിരിക്കുന്നതു കണ്ടു. കണ്ണുകളിലെ ക്രൂരത പേടിയുണ്ടാക്കി. വലിയ മൃഗത്തിന് ഇരയായി നിന്ന ചെറുജീവിയുടെ പരിഭ്രമം. പ്രകാശംനശിച്ച കണ്ണുകളാണെങ്കിലും ഈ ക്രൂരത വേണ്ടിയിരുന്നില്ല. ഒരു വൃദ്ധനും വൃദ്ധയുമാണ്. കൈകൾ കൂട്ടിപ്പിടിച്ചിരുന്നു. തൊട്ടടുത്ത ഓലക്കുടിൽ അവരുടെ വാസസ്ഥലമായിരിക്കും. അവിടെനിന്നും സാവധാനം ദൂരേക്കു മാറി. ആശ്വാസത്തോടെ അവർ നോക്കാൻ തുടങ്ങി. ജനക്കൂട്ടത്തെ കാണുന്നുണ്ടോ എന്നു നോക്കിക്കൊണ്ട് റോഡരികിലൂടെ കന്തസ്വാമി പതുങ്ങിനടക്കാൻ തുടങ്ങി.

ഇരുപത്തിയൊന്ന്

പൊങ്കൽ ഉത്സവം വെങ്കട്ടയ്യക്ക് എപ്പോഴും സന്തോഷം നൽകും. ഒരു മാസം മുൻപേ തന്നെ ആശംസാകാർഡുകൾ വാങ്ങാൻ തുടങ്ങും. വേറെ വേറെ കടകളിൽനിന്നും വ്യത്യസ്തമായ കാർഡുകൾ വാങ്ങും. മുപ്പതെണ്ണമെങ്കിലും തെരഞ്ഞെടുക്കും. ദൂരെയുള്ള ബന്ധുക്കളുമായുള്ള ബന്ധം പുതുക്കൽ പൊങ്കൽ ആശംസാ കാർഡുകൾ അയക്കലാണ്. കൂടുതൽ പേരിൽനിന്നും യാതൊരു മറുപടികളും ഉണ്ടാവാറില്ല. നന്ദിയറിയിച്ചുകൊണ്ടുള്ള കുറച്ചു കാർഡുകൾ വന്നാൽ സന്തോഷിക്കും. നാട്ടിൽ പോകുമ്പോൾ സുഖമാണോ എന്ന ചോദ്യത്തോടൊപ്പം ഞാനയച്ച പൊങ്കൽ ആശംസാ കാർഡ് കിട്ടിയിരുന്നോ എന്നു ചോദിക്കാനും പറ്റും.

പ്രകൃതിരമണീയമായ കാഴ്ചകൾ, പൊങ്കലിടുന്ന കാഴ്ചകൾ, കുഞ്ഞുങ്ങളുടെ പടങ്ങൾ എന്നിവയാണ് അയാൾ തെരഞ്ഞെടുക്കുക. ചെറിയ കവിതാ ശകലങ്ങളും ഇഷ്ടമാണ്.

ഈ വർഷം പൊങ്കൽ ആശംസാ കാർഡുകൾ വിൽക്കുന്ന കടകളൊന്നും ഇട്ടിട്ടില്ല. തുറന്ന കടയാണെങ്കിൽ അഗ്നിക്കിരയാക്കുകയും ചെയ്തിരിക്കുന്നു. പിന്നീടാരും ശ്രമം നടത്തിയിട്ടില്ല. ലോട്ടറി സ്റ്റാളുകളിലും ഫുട്പാത്തുകളിലും സുലഭമായി പൊങ്കൽ ആശംസാ കാർഡുകൾ നിരത്തിയ മേശകൾ ഉണ്ടാകും. ഇപ്പോൾ ഒന്നും ഇല്ലാതെ തെരുവ് എന്നത്തേയുംപോലെ കിടന്നിരുന്നു. അയാൾക്ക് നിരാശ തോന്നി. മറുനാടുകളിലേക്കു പോകുന്ന സ്നേഹിതന്മാരോടു പറഞ്ഞ് വാങ്ങിക്കൊണ്ടു വന്നാലോ എന്നും ചിന്തിച്ചു. ആശംസകളില്ലാത്ത പൊങ്കലിനെക്കുറിച്ച് ചിന്തിക്കാനേ പറ്റുന്നില്ല. എവിടുന്നെങ്കിലും തേടിപ്പിടിച്ച് മഹേന്ദ്രന് ഒരു ആശംസാകാർഡ് അയക്കണമെന്ന് അയാളുടെ മനസിലുണ്ടായിരുന്നു.

പൊതുവായ ആശംസാകാർഡ് വിൽക്കുന്ന കടയിൽനിന്നും അവസാനം അയാൾ ഒരു കാർഡ് വാങ്ങി.

മഹേന്ദ്രൻ എത്തിച്ചേർന്ന വിവരത്തിന് ഭാസ്കരൻ വെങ്കട്ടയ്യക്ക് കത്തെഴുതിയിരുന്നു. മഹേന്ദ്രന്റെ കത്തും വന്നിരുന്നു. പിന്നീട് ഒരു വിവരവും ഇല്ല. അവന് എന്തുപറ്റി?

"ഇതു വലിയ പട്ടണമല്ല. എന്നാൽ വലിയ പട്ടണത്തിലെയത്ര തിരക്കും ബഹളവും ഇവിടെയുണ്ട്. ജനങ്ങൾ പണത്തിനുവേണ്ടി പറക്കുകയാണ്. തെരുവിന്റെ മൂലകളിൽപ്പോലും ബനിയൻ കമ്പനികളുണ്ട്. കുടിൽവ്യവസായം എന്നു വേണമെങ്കിൽ പരിഹസിച്ചു പറയാം. ആളെ ആവശ്യമുണ്ടെന്ന് പലയിടത്തും ബോർഡുകൾ കാണാം. ഏതെങ്കിലും കമ്പനിയിൽ അക്കൗണ്ടന്റായി ചേർക്കാമെന്ന് ചിറ്റപ്പൻ പറഞ്ഞിട്ടുണ്ട്. ഇതൊരു കച്ചവട ലോകമാണ്. ഞാൻ ജീവിച്ചുവന്ന ലോകത്തുനിന്നും തികച്ചും വേറിട്ട ലോകമായി തോന്നുന്നു."

"എന്നെ ഇത്രയും ദൂരേക്ക് എന്തിനാണ് തുരത്തിവിട്ടതെന്ന ചോദ്യം ഞാൻ നിങ്ങളോടു ചോദിക്കുകയാണ്. എനിക്കിവിടെ ജോലി ലഭിച്ച് സെറ്റിലായാൽ നിങ്ങളും ഇവിടേക്ക് വന്നുചേരണമെന്നാണ് എന്റെ ആഗ്രഹം. വേരുകൾ തേടിച്ചെന്ന് എത്തിച്ചേരണമെന്ന ആഗ്രഹമാണ് നിങ്ങളെക്കൊണ്ട് എന്നെ തുരത്താനുള്ള മുഖ്യകാരണമെന്ന് ഞാൻ വിചാരിക്കുന്നു. എന്നാൽ അതൊക്കെ നിറവേറുമോ എന്നറിയില്ല."

ഇവിടത്തെ ജനങ്ങൾ പെട്ടെന്ന് ഇടപഴകുന്നവരാണ്. ഞാൻ പറയുന്ന തമിഴാണ് ഇവർക്ക് തമാശ. ഇവരുടെ തമിഴ് ഞാൻ വേഗം തന്നെ പഠിക്കും. എന്റെ തമിഴ് എന്നെ അന്യനാക്കുന്നു. നമ്മുടെ നാട്ടിൽ നമ്മൾ അനേകം വർഷം താമസിച്ചാലും ഈ അന്യത്വം ബോധ്യപ്പെടുന്നതായി നിങ്ങൾ പലപ്പോഴും പറയാറുണ്ടല്ലോ. ഇപ്പോൾ ഇവിടെ ഞാനും അന്യനായാണ് കാണപ്പെടുന്നത്."

"അടുത്ത തവണ നിങ്ങളെ കണ്ടുമുട്ടുമ്പോൾ ഞാൻ സംസാരിക്കുന്ന തമിഴ് കേട്ട് നിങ്ങൾ ആശ്ചര്യപ്പെട്ടേക്കാം. സന്തോഷിച്ചേക്കാം. എന്നാൽ എപ്പോഴാണ് കണ്ടുമുട്ടുക എന്ന ചോദ്യവും മുന്നിലുണ്ട്. ചിറ്റപ്പന് എന്നെക്കൊണ്ടു യാതൊരു ബുദ്ധിമുട്ടും ഉണ്ടാകരുതെന്ന കരുതലോടെയാണ് ഞാൻ കഴിയുന്നത്."

പിന്നീട് ഭാസ്കരൻ എഴുതിയിരുന്ന കത്തിൽ മഹേന്ദ്രൻ എക്സ്പോർട്ടു കമ്പനിയിൽ ജോലിക്കു ചേർന്നതായി എഴുതിയിരുന്നു. പഠിപ്പുള്ളവർ ഇവിടെനിന്നും ജോലിതേടി വലിയ പട്ടണങ്ങളിലേക്കു പോകുമ്പോൾ മഹേന്ദ്രൻ ജോലി തേടി ഇങ്ങോട്ടുവന്നത് പലരേയും അത്ഭുതപ്പെടുത്തിയിരിക്കുകയാണ്. അവൻ തീവ്രവാദിയായിരിക്കുമോ, പൊലീസിനെ ഭയന്ന് ഇത്രയുംദൂരം വന്നിരിക്കുകയാണോ, അല്ലെങ്കിൽ മറ്റെന്തെങ്കിലും കുറ്റം ചെയ്തിട്ട് ഇത്രയും ദൂരെ ഒളിവിൽ കഴിയാൻ വന്നതാണോ? എന്നുമൊക്കെ ജനസംസാരമുണ്ട്. എന്തുചെയ്യാൻ? ഇതൊക്കെ

പ്രകൃതിദത്തമാണല്ലോ. എന്നിൽപ്പോലും ഈ ചോദ്യം ഉയരുന്നുണ്ട്. അവൻ എന്തു കുറ്റം ചെയ്തിട്ടാണ് ഇത്രയും ദൂരേക്ക് അയച്ചതെന്ന്."

"എന്നാൽ ഈ വെള്ള പ്രശ്നമാണ് ഭയപ്പെടുത്തിക്കൊണ്ടിരിക്കുന്നത്. ഈ പ്രശ്നം നിങ്ങളുടെ നാട്ടിൽ പൊട്ടുമ്പോൾ അതിന്റെ പ്രതിഫലനം ഇവിടെയും ഉണ്ടാവുന്നു. ഇവിടെയും ആ നാട്ടുകാർ ഉണ്ടല്ലോ. ഈ അടുത്തകാലത്തായി ഈവക കാര്യങ്ങൾ ഞങ്ങളെ ഞെട്ടിക്കുന്നു. ബാക്കിയൊക്കെ സാധാരണ പോലെതന്നെ."

പിന്നീട് ഭാസ്കരന്റെ കത്തൊന്നും വന്നില്ല. ജോലി കിട്ടിയതിനു ശേഷം മഹേന്ദ്രന് കത്തെഴുതാനൊന്നും സമയം കിട്ടുന്നുണ്ടാവില്ല. അങ്ങനെ വെങ്കട്ടയ്യ സമാധാനിച്ചു.

എന്നാൽ ഇപ്പോഴത്തെ പ്രശ്നങ്ങൾ അവന്റെ ഭാഗത്തുനിന്നും കത്തുകളൊന്നും വരാത്തതിനെക്കുറിച്ച് പേടിയുണ്ടാക്കുന്നു. "ഒന്നു പോയി നോക്കിയിട്ടു വന്നുകൂടെ?" എന്ന് ലക്ഷ്മി പറഞ്ഞുകൊണ്ടിരിക്കുന്നു.

"നിനക്കത് ലാഘവത്തോടെ പറയാം. ആയിരത്തിമുന്നൂറ് മൈൽ ദൂരമുണ്ട്. ഒരുമണിക്കൂർ നേരത്തെ യാത്രപോലെയാണല്ലോ പറയുന്നത്. നോക്കാം."

"എന്തോ, പേടി തോന്നുന്നു."

"എനിക്കും."

മഹേന്ദ്രന് പൊങ്കൽ ആശംസ അയക്കുമ്പോൾ ഒരു നീണ്ട കത്തും എഴുതണമെന്ന് അയാൾ വിചാരിച്ചു.

കാർഡ് തപാലിൽ അയക്കാനായി വേഗത്തിൽ പോയിക്കൊണ്ടിരിക്കുകയായിരുന്നു വെങ്കട്ടയ്യ. മുറുക്കാൻ കടയിൽനിന്ന് ശബ്ദമുണ്ടാക്കിക്കൊണ്ട് ഭോജരാജൻ ഇറങ്ങിവന്നു. കൈയിലെ കവർ നോക്കി ചോദിച്ചു.

"ഇതെന്താണ്, പൊങ്കൽ ആശംസയാണോ?"

"അതെ."

"വെറും വെളുത്ത കവർ മാത്രമാണല്ലോ?"

"ഈ വർഷം കാർഡ് വിൽക്കുന്ന കടകളൊന്നും തുറന്നിട്ടില്ല. അതിനാൽ സാധാരണ ആശംസ വാങ്ങി. 'പൊങ്കൽ വാഴ്ത്തുങ്കൾ' എന്നെഴുതി അയക്കണം."

"അയക്കുന്നതിൽ തെറ്റില്ല. എന്നാൽ അവിടെനിന്ന് ആരും ആശംസകൾ ഇങ്ങോട്ടയക്കരുതെന്ന് എല്ലാവർക്കും എഴുത്."

വെങ്കട്ടയ്യ പരിഭ്രമിച്ചു പോയി. ഭോജരാജൻ എന്തുപറഞ്ഞാലും അതിൽ എന്തെങ്കിലും കാര്യമുണ്ടാവും. ഇതും കാര്യഗൗരവത്തോടെ തന്നെയാണ് പറഞ്ഞിട്ടുണ്ടാവുക എന്നു തോന്നി.

"എന്താണ് ഇങ്ങനെയൊക്കെ പറയുന്നത്?"

"നമുക്കൊക്കെ പൊങ്കൽ ആശംസകൾ വരാതിരിക്കുന്നതാണ് നല്ലത്. തപാലിൽ വരുന്ന പൊങ്കൽ ആശംസാകാർഡുകൾ വച്ച് ഇവിടെയുള്ള നമ്മുടെ നാട്ടുകാരെയൊക്കെ ഇവിടുത്തുകാർ കണ്ടുപിടിക്കും

എന്ന ഒരു കിംവദന്തി പരന്നിട്ടുണ്ട്. എന്തെങ്കിലും പ്രശ്നങ്ങളുണ്ടായാൽ ഈ വിലാസങ്ങൾവച്ച് നമ്മളെ കണ്ടുപിടിച്ച് ആക്രമിക്കാൻ പറ്റും. ഇതൊരു കിംവദന്തിയായാൽ മതിയായിരുന്നു. സത്യമായാൽ കഷ്ടമാണ്."

വെങ്കട്ടയ്യ കൈയിലെ ആശംസാ കാർഡിലേക്കു നോക്കി. എത്ര സന്തോഷത്തെ വാരി വിതറേണ്ടതാണ് ഈ ആശംസ. തപാൽ സഞ്ചിയിൽനിന്നും കത്തുകൾ വിതറുന്നതുപോലെ ഇവ ഓർമകളും വിതറുമെന്നു കരുതിയിരുന്നത് തെറ്റായിപ്പോയി എന്നൊരു തോന്നൽ. പൊങ്കൽ എന്നുകൊണ്ടാടാൻ ഒന്നും ഇല്ല. എന്നാലും പൊങ്കലിനെക്കുറിച്ചുള്ള ഓർമകൾ ഈ ആശംസകൾ നൽകുമെന്ന് തീർച്ചയാണ്. ഇത്തവണ അതു തെറ്റുമെന്ന ചിന്ത വേദനിപ്പിക്കുന്നു. പ്രശ്നങ്ങൾ ഏതൊക്കെയോ രൂപമെടുത്ത്, ബഞ്ചിൽനിന്നും എഴുന്നേറ്റുപോകുന്ന തിരക്കുപിടിച്ച ജനങ്ങളുടെ രൂപങ്ങൾപോലെ ആയിപ്പോകുന്നതായി തോന്നുന്നു.

ഇരുപത്തിരണ്ട്

അവൻ ചെറുപ്പക്കാരനായിരുന്നു. ഒരുതരം വിജയാഹ്ലാദം അവന്റെ മുഖത്ത് പ്രതിഫലിച്ചിരുന്നു. വാക്കുകൾ വളരെ ശ്രദ്ധയോടെ ഉച്ചരിച്ചുകൊണ്ടിരുന്നു. അവന്റെ മുന്നിൽ വിരിച്ച പ്ലാസ്റ്റിക് പായയിൽ ഉടയാടകൾ ചിതറിക്കിടന്നിരുന്നു. രക്തക്കറപുരണ്ട വസ്ത്രങ്ങൾ. രക്തം ഒഴുകിയത്, രക്തം ചിതറിയത്. രക്തംപുരണ്ട പലതരം വസ്ത്രങ്ങൾ.

അവൻ ആ വസ്ത്രങ്ങൾ കാണിച്ച് കൂവിവിളിച്ച് വിറ്റുകൊണ്ടിരുന്നു. അവൻ ഓരോന്നായി എടുത്തു നിവർത്തി പിന്നെ വലതുകൈയിൽ ഉയർത്തിപ്പിടിച്ചുകൊണ്ട് ആ വസ്ത്രത്തിന്റെ മഹത്വത്തെക്കുറിച്ചു പറഞ്ഞുകൊണ്ടിരുന്നു. കത്തിക്കുത്തേറ്റതിനാലുള്ള രക്തം. കോടാലി കൊണ്ടുവെട്ടിപ്പിളർന്ന രക്തം. സൈക്കിൾ ചെയിൻ വീശിയപ്പോൾ തെറിച്ച രക്തം. ഓരോ വസ്ത്രത്തിന്റെ പിറകിലും ഓരോ കഥയുള്ളതായി അവൻ പറഞ്ഞു. ഓരോ കഥയിലെ കഥാപാത്രങ്ങളും ആരൊക്കെയാണെന്നു ചോദിച്ചു.

അത് നീയാണ്..... അത് നീയാണ് എന്നുപറഞ്ഞ് ആരുടെയൊക്കെ നേരെ വിരൽചൂണ്ടിയോ, അവരൊക്കെ അവിടെനിന്നും പിൻവലിഞ്ഞു. ബലവാന്മാരായ ചിലർമാത്രം അവിടെനിന്നു. അവ തങ്ങൾക്ക് യോജിക്കുന്നുണ്ടോയെന്ന് അവർ എടുത്തുനോക്കി. ചിലർ ഒന്നുംമിണ്ടാതെ നിന്നു. ചിലർ വസ്ത്രങ്ങൾ പാകമായതിനാൽ അവ ധരിച്ചു.

പെട്ടെന്ന് റോഡു മുഴുവൻ രക്തം നിറഞ്ഞു. ചിലർ വെളുത്ത കുപ്പായങ്ങൾ ചോരയിൽ മുക്കിയെടുത്ത് അതിൽ തെളിഞ്ഞ രൂപങ്ങളിലേക്ക് നോക്കി.

വസ്ത്രങ്ങൾ വിറ്റുകൊണ്ടിരുന്ന അവന്റെ ശബ്ദം ഉയർന്നുകൊണ്ടിരുന്നു. ജനങ്ങളും കൂടിക്കൊണ്ടിരുന്നു. പെട്ടെന്ന് എല്ലാം മാഞ്ഞുപോയതിനുശേഷവും രക്തക്കറ പുരണ്ട വസ്ത്രങ്ങൾ തെരുവു മുഴുവൻ ചിതറിക്കിടന്നിരുന്നു.

വെങ്കട്ടയ്യ തകർന്നുപോയിരുന്നു. ഇത്ര പെട്ടെന്ന് എന്തൊക്കെ സംഭവിച്ചിരിക്കുന്നു. ഇത്രയുംനാൾ ബന്ദ് ചെറിയ ചെറിയ എതിർപ്പുകളായാണ് പ്രകടമായിരുന്നത്. ഇപ്പോൾ അത് ഉച്ഛൃംഘലട്ടത്തിലെത്തിയിരിക്കുന്നു. വെള്ളം തുറന്നുകൊടുക്കണമെന്ന കോടതിവിധി പുറത്തുവന്ന ദിവസമാണ് കലാപം പൊട്ടിപ്പുറപ്പെട്ടിരിക്കുന്നത്. നഗരം കുത്തഴിഞ്ഞുകിടക്കുന്നു. സ്വത്തുക്കൾ നശിപ്പിക്കപ്പെട്ടിരിക്കുന്നു. കത്തിച്ചാമ്പലായ വീടുകൾ, കടകൾ, കൊലചെയ്യപ്പെട്ടവർ.

ദാമോദരൻ കൊല്ലപ്പെട്ടു. കലാപം ആരംഭിച്ചു അന്നുതന്നെ അവന്റെ ജഡം റോഡരികിൽ കിടന്നിരുന്നു. "എന്നെ മരണം കൊണ്ടുപോകുന്നില്ലല്ലോ" എന്നു വിലപിച്ചുകൊണ്ടിരുന്ന ശബ്ദം നിശ്ചലമായി. തെരുവിൽ കിടന്നിരുന്നവർ കിടന്ന കിടപ്പിൽതന്നെ ശവങ്ങളായി. ദാമോദരന്റെ ദേഹത്ത് അനേകം കുത്തേറ്റ മുറിപ്പാടുകൾ ഉണ്ടായിരുന്നു. ചത്തു മരവിച്ചുകിടക്കുന്ന ദേഹത്തെ വെങ്കട്ടയ്യ നോക്കി.

കുറച്ചുദിവസം വെങ്കട്ടയ്യ മുറിയിൽതന്നെ കതകടച്ചു കിടന്നു. കലാപത്തെക്കുറിച്ച് അറിഞ്ഞപ്പോൾ തന്നെ അയാൾ വീട്ടിനകത്തുനിന്നും പുറത്തിറങ്ങാതെ കഴിഞ്ഞു. കർഫ്യൂ പ്രഖ്യാപിച്ച വാർത്തകൾ ആകാശവാണിയിലും ടി വിയിലും വന്നുകൊണ്ടേയിരുന്നു.

അടഞ്ഞ കതകിനു പുറത്തുനിന്നും വന്ന ശബ്ദം അയാളെ നടുക്കിക്കളഞ്ഞു.

"ദാമോദരനെ കൊന്നിരിക്കുന്നു."

മൂലയിൽ, ചുവരിനരികിൽ കിടന്നിരുന്ന വെങ്കട്ടയ്യ ചാടിയെണീറ്റു. കതക് തുറക്കാൻ അയാളുടെ കൈനീണ്ടു. ലക്ഷ്മി എഴുന്നേറ്റ് പെട്ടെന്നു കതകിനടുത്തേക്കു വന്നുനിന്നു.

"തുറക്കരുത്."

"ദാമോദരനെ കൊന്നിരിക്കുന്നെന്ന് ആരോ വന്നുപറയുന്നു. അടഞ്ഞ കതകിനപ്പുറത്തുനിന്നും അപരിചിത ശബ്ദം വീണ്ടും ഉയർന്നു. "ബേക്കറിക്കരികിൽ ദാമോദരന്റെ ശവം കിടക്കുന്നുണ്ട്."

"പുറത്തേക്കു...... പോകരുത്....."

"ഒന്നുമില്ല..... ആരാണെന്നു നോക്കിയിട്ട് വിവരം ചോദിച്ചറിയാം."

"വേണ്ട.... പോകണ്ട."

ലക്ഷ്മിയുടെ കണ്ണുകളിൽ ഭയം നിഴലിട്ടിരുന്നു. അവൾ അയാളുടെ കൈകളിൽ പിടിച്ചു. അവളെ ഇത്രയടുത്ത് നിറകണ്ണുകളോടെ കണ്ടിട്ട് വളരെ നാളുകളായിരിക്കുന്നു. അയാൾ സാവധാനം ജനൽതുറന്നു നോക്കി. പുറത്ത് ആരെയും കണ്ടില്ല. ലക്ഷ്മി പെട്ടെന്ന് ജനലടച്ചു.

"നമുക്കെന്തിനാണ് ഈ വയ്യാ വേലികൾ. വീട്ടിനകത്തുതന്നെ ഇരിക്കാം. നിങ്ങളെ പുറത്തേക്കിറക്കാനായി ആരെങ്കിലും കളവു പറയുന്നതായിരിക്കും. പോകണ്ട."

"പോകുന്നില്ല.... നീയിങ്ങനെ പേടിക്കാതെ."

"ദാമോദരൻ മരിച്ചെന്നു തന്നെയിരിക്കട്ടെ. നമ്മൾ എന്തു ചെയ്യാനാ?"

"ഒന്നും ചെയ്യാൻ പറ്റില്ല. ഒരു നോക്കു കാണാം."

"വേണ്ട" അയാളുടെ കൈകളിൽ പിടിച്ചുകൊണ്ടവൾ പറഞ്ഞു.

"ശരി, പോകുന്നില്ല."

പുതപ്പെടുത്തു പുതച്ചുകൊണ്ടു കിടന്നു. ആകാശം മേഘാവൃതമായിരുന്നു. വീട്ടിനകത്തും ഇരുട്ട്. നെഞ്ച് പടപടാന്ന് മിടിച്ചുകൊണ്ടിരുന്നു.

വളരെ അടുത്ത ഒരാളുടെ മരണവാർത്ത കേട്ടിരിക്കുന്നു. ഇനി ഇത്തരം വാർത്തകൾ കേട്ടുകൊണ്ടേയിരിക്കും. ഇനി അടുത്തത് ആര് എന്ന ചോദ്യം എവിടെയോ കിടന്നാടുന്നതായി അയാൾക്കു തോന്നി.

ഉറക്കം വരുന്നില്ല. അയാൾ ലക്ഷ്മിയെ നോക്കി. അവൾ ഗാഢനിദ്ര യിലാണെന്നു തോന്നുന്നു. കലാപത്തെക്കുറിച്ചറിഞ്ഞിട്ടും ഇങ്ങനെ ഉറ ങ്ങാൻ കഴിയുന്നതിനെക്കുറിച്ചാലോചിച്ചപ്പോൾ അയാൾ അത്ഭുത പ്പെട്ടുപോയി. കതകുതുറന്ന് പുറത്തേക്കിറങ്ങി. കതകടച്ചിട്ട് അയാൾ ധൃതിയിൽ നടന്നു.

എല്ലാ വീടുകളുടെയും വാതിലും ജനലുകളും അടഞ്ഞുകിടന്നിരു ന്നു. റോഡ് വിജനമായിരുന്നു. ടി വിയിൽ നിന്നും ഉള്ള വാർത്തകളുടെ ശബ്ദം എല്ലാ വീടുകളിൽനിന്നും കേട്ടുകൊണ്ടിരുന്നു. എവിടെയൊക്കെ യാണ് കർഫ്യൂ ഏർപ്പെടുത്തിയിരിക്കുന്നതെന്ന് ഏതെങ്കിലും വീട്ടിൽ ചെന്ന് അന്വേഷിച്ചാലോ? ഈ ഭാഗത്ത് കർഫ്യൂ ഇല്ലെന്നാണ് തോന്നു ന്നത്. കോലമ്മയുടെ വീടിന്റെ ജനൽ പെട്ടെന്ന് അടഞ്ഞു.

മുക്ക് തിരിയുന്ന സ്ഥലത്ത് അയാൾ നിന്നു. ബേക്കറിയുടെ കോലായ വ്യക്തമായി കാണാനായി. രക്തം ഉറച്ച് ഈച്ചയാർത്തുകൊണ്ടി രുന്നു. രക്തം ഒഴുകിപ്പരന്നു കിടന്നിരുന്നു. ദാമോദരന്റെ ദേഹം മരവിച്ചു കിടക്കുന്നു. വെങ്കട്ടയ്യയുടെ കണ്ണുകൾ നിറഞ്ഞു. അടുത്തേക്കു പോയാ ലോ എന്നയാൾ ആലോചിച്ചു. സർദാറുടെ മുട്ടക്കടയ്ക്കരികിൽ ഇരുന്നി രുന്ന പൊലീസുകാരൻ അയാളെ കണ്ടപ്പോൾ എഴുന്നേറ്റു.

അയാളുടെ ശരീരം വിറച്ചു. ദേഹം വിയർത്തു. അർധരാത്രി ഒറ്റയ്ക്ക് റോഡിലൂടെ നടക്കുന്നതുപോലെ തോന്നി. പെട്ടെന്ന് കതക് തുറന്നു. ലക്ഷ്മി കരഞ്ഞുകൊണ്ട് എഴുന്നേറ്റു വന്നു.

"എങ്ങോട്ടാണ് പോയത്?"

"ബേക്കറി വരെ."

"ഈ ഭാഗത്തും കർഫ്യൂ ആണത്രെ."

ടി വിയിൽ വാർത്ത തുടർന്നുകൊണ്ടിരുന്നു. കർഫ്യൂ നേരത്താണ് താൻ പുറത്തേക്കിറങ്ങിയതെന്നോർത്തപ്പോൾ നടുങ്ങിപ്പോയി. അയാൾ ടി വിയിലേക്കുതന്നെ നോക്കി ഇരുന്നു.

"ദാമോദരന്റെ ശവം കണ്ടു."

"പൊലീസുകാർ ഒരുപാടുണ്ടോ?"

"മെയിൻ റോഡിലേക്കു പോയില്ല. ബേക്കറിവരെയേ പോയുള്ളൂ."

"നമ്മുടെ ഏരിയയിലും കർഫ്യൂ ആണ്."

"വീട്ടിനകത്തുതന്നെ കഴിയാം."

പടപടാന്ന് വാതിലിൽ മുട്ടുന്ന ശബ്ദം കേട്ടു. ഉൾമുറിയിൽനിന്നും സ്വീകരണ മുറിയിലേക്കുവന്നു. ഒപ്പം ലക്ഷ്മിയും.

"ആരാണ്?"

വാതിലിൽ മുട്ടുന്ന ശബ്ദം ഭയം ഉളവാക്കി. അയാളുടെ മുഖം വിളറി യിരുന്നു.

"തുറക്കണ്ട."

വാതിൽ തുറക്കാത്തതിനാൽ അടുത്ത വീടിനടുത്തേക്ക് നീങ്ങിയ തായി മനസിലായി. ആരെങ്കിലും എന്തെങ്കിലും സഹായം ചോദിച്ച് മുട്ടി യതായിരിക്കുമോ? ആ ചിന്ത അയാളെ സങ്കടപ്പെടുത്തി.

ഇരുപത്തിമൂന്ന്

തള്ളിതാഴെ ഇട്ടിട്ട് വീണ്ടും എഴുന്നേൽപ്പിച്ച് തലയുയർത്തി നോക്ക് എന്നു പറയുന്നതുപോലെ, അതിനകംതന്നെ എന്തൊക്കെയോ സംഭവിച്ചിരിക്കുന്നതായി വെങ്കട്ടയ്യക്കു തോന്നി. എത്ര ജീവനാണ് ബലിയാടായത്. എത്രപേരുടെ സ്വത്തുക്കളാണ് നഷ്ടപ്പെട്ടത്. എന്റെ ജീവനും സ്വത്തും ഇപ്പോഴും ഭദ്രമായിരിക്കുന്നതുകൊണ്ട് എല്ലാം സാധാരണ ഗതിയിലായിരിക്കുമെന്നു വിചാരിക്കുന്നവരുടെ മധ്യേ വെങ്കട്ടയ്യയ്ക്ക് നിസ്സഹായനാകേണ്ടി വന്നു.

കർഫ്യൂ രാത്രി മാത്രമാക്കി. ലക്ഷ്മി മഹേന്ദ്രനെക്കുറിച്ചുതന്നെ ചോദിച്ചുകൊണ്ടിരുന്നു.

"അവന്റടുത്തുനിന്നും കുറെനാളായി കത്തൊന്നും ഇല്ല. എന്താണ് ചെയ്യുക?"

"ഭാസ്കരന് വീണ്ടും വീണ്ടും എഴുതിക്കൊണ്ടിരിക്കുകയാണ്. മറുപടി മാത്രം ഇല്ല."

"ഒന്നുപോയി നോക്കീട്ടു വാ."

"അടുത്താണോ, ഇതൊന്നു പറഞ്ഞ് പോയിട്ടുവരാൻ?"

ഇനി ജീവൻകൂടി നഷ്ടപ്പെട്ടാലോ എന്ന ഭയത്തോടെ ചിലർ ഉള്ളതൊക്കെ ഭാണ്ഡംകെട്ടി പലായനം ചെയ്തു. താൻ എന്താണ് ചെയ്യേണ്ടതെന്ന് വെങ്കട്ടയ്യക്ക് മനസിലായില്ല. ഉള്ള ജോലി കളയാനാവില്ല. ജോലി രാജിവച്ചുപോകാമെന്നു വച്ചാൽതന്നെ മാസങ്ങൾ പിടിക്കും.

"എന്തായാലും ഒന്നു പോയി നോക്കീട്ടു വാ."

"പോകാം. ലഹള പേടിച്ച് ആയിരക്കണക്കിനാൾക്കാർ അങ്ങോട്ടു പോയിട്ടുണ്ട്. അവിടത്തെ അവസ്ഥയും ഇതുതന്നെയാണ്. അവിടെനിന്ന് ദിവസവും ഇങ്ങോട്ടേക്കും ആൾക്കാർ വന്നുകൊണ്ടിരിക്കുകയാണ്."

"മഹേന്ദ്രന്റെ തപ്പിതടഞ്ഞുള്ള സംസാരം അവിടത്തുകാർക്ക് സംശയം ജനിപ്പിക്കും. കലാപത്തിൽ ഭാഷ പ്രധാനമാണ്. നിങ്ങൾ ഒന്നു പോയിട്ടു വാ."

"സംസാരിക്കുന്ന ഭാഷയാണ് ഇന്നത്തെ വലിയ പ്രശ്നം. അവനെക്കുറിച്ചോർക്കുമ്പോൾ ഭയം തോന്നുന്നു."

കത്തുകൾ വരാതായതിനാൽ പോസ്റ്റുമാനെ കണ്ട് അന്വേഷിക്കുകയും ചെയ്തു. "ആർക്കാണിപ്പോൾ കത്തുകളൊക്കെ വരുന്നത്?" എന്നാണ് അയാൾ തിരിച്ചു ചോദിച്ചത്. തീവണ്ടികളും കൃത്യമായി ഓടിത്തുടങ്ങിയിട്ടില്ല. ആഴ്ചയിൽ ഒരിക്കൽ ഓടുന്ന വണ്ടിക്ക് കാത്തിരിക്കുക എന്നതും കഷ്ടമാണ്. അതും നിർത്തിയാലത്തെ കാര്യമോ? തനിച്ചു പോയിട്ട് എവിടെയെങ്കിലും കുടുങ്ങിപ്പോയാലോ എന്ന ഭയവും ഉണ്ട്. അയാളുടെ കൈവശം ഫോണൊന്നും ഇല്ലതാനും. ആരോടാണ് അന്വേഷിക്കുക? എന്താണ് അന്വേഷിക്കുക? തന്റെ പ്രയാസം ആരെ അറിയിക്കും?

"ഇതുവരെ വിമാനത്തിൽ യാത്ര ചെയ്തിട്ടില്ല. ഇപ്പോൾ ഇതിലെങ്കിലും പോയി കാണണമെന്നു തോന്നുന്നു. പണം ചെലവായാലും സാരമില്ല. ഒന്നു പോയി കാണാലോ. പണം പോട്ടെ. ഇതിലും പ്രധാനപ്പെട്ട കാര്യമൊന്നും വരാനില്ലല്ലോ."

ലക്ഷ്മിക്ക് താൻ വിമാനത്തിൽ യാത്രചെയ്യുകയാണെന്ന ധൃതി. അവൾ ആഹ്ലാദപൂർവം ശരി, ശരി എന്നുപറഞ്ഞു. വെങ്കട്ടയ്യയും ധൃതി കാണിച്ചു. ഇങ്ങനെ ആകാശത്തുകൂടി പറക്കുന്നതിനെക്കുറിച്ച് ആരോടെങ്കിലും പറയണമെന്നു തോന്നി. മേഘങ്ങൾക്കിടയിലൂടെ അതിന്റെ ഇരുട്ടും വെണ്മയും അനുഭവിച്ചുകൊണ്ട് ഉത്സാഹത്തോടെ പറക്കണം.

മഹേന്ദ്രനെക്കുറിച്ചുള്ള ചിന്തകൾ അയാളെ വേദനിപ്പിച്ചുകൊണ്ടിരുന്നു. ചിറകുകൾ അരിയപ്പെട്ട പക്ഷിയുടെ പിടച്ചിൽ അയാളുടെ മനസിനകത്ത് കുടിയേറി.

ഇരുപത്തിനാല്

മാറിമാറി കയറിയുള്ള ബസ് യാത്ര വെങ്കട്ടയ്യക്ക് തെല്ലും മടുപ്പുളവാക്കിയില്ല, മറിച്ച് ഉത്സാഹം കൂടുകയാണ് ചെയ്തത്. എത്ര കാലത്തിനുശേഷമാണ് ഇങ്ങനെയൊരു യാത്ര. താൻ മുന്നേറുമ്പോൾ പിന്നിലേക്കുപോയി മറയുന്ന മരങ്ങൾ, തരിശുനിലങ്ങൾ, മലകൾ ഒക്കെ അയാൾക്ക് കൗതുകമുളവാക്കി.

വെട്ടിമുറിക്കപ്പെട്ട മരങ്ങൾപോലെ ചില കെട്ടിടങ്ങൾ നിലകൊണ്ടിരുന്നു. മനുഷ്യശരീരത്തിന്റെ ഒരു ഭാഗത്തുമാത്രം ഏതോ രോഗം ബാധിച്ച് നിശ്ചലമായതുപോലെ കെട്ടിടങ്ങൾ കരിപിടിച്ചു കിടന്നിരുന്നു. തീയിൽ കുളിച്ച് സ്വയം ഉരുകിയ വാഹനങ്ങൾ. ഇതൊക്കെ കണ്ടപ്പോൾ വെങ്കട്ടയ്യയുടെ ഉത്സാഹങ്ങളെല്ലാം നശിച്ച് അയാൾ പരിഭ്രാന്തനായി.

ട്രെയിൻ ഓടിത്തുടങ്ങിയിരുന്നില്ല. പ്ലെയിൻ ടിക്കറ്റും കിട്ടാനില്ല. ബസാണ് നല്ലതെന്നു കരുതി ബസിൽതന്നെ യാത്ര തിരിച്ചു. മഹേന്ദ്രന്റെ മുഖം ഒന്നു കണ്ടാൽമതി. സമാധാനം കിട്ടും. ലക്ഷ്മിയുടെ വേവലാതിയെക്കുറിച്ചറിയുമ്പോൾ അവൻ ചിരിക്കും. അയാൾ ബസിൽനിന്നും ഇറങ്ങി.

അടുത്ത ബസ് എവിടെനിന്നാണ് കയറേണ്ടതെന്നറിയില്ല. ഒരാളോടു ചോദിച്ചപ്പോൾ ഏതോ ഒരു സ്ഥലം പറഞ്ഞു. ഒന്നര ഫർലോങ് ദൂരമുണ്ട്. പൊടിയും ചെളിയും നിറഞ്ഞിടത്ത് ജനങ്ങളെ അടച്ചിട്ടതുപോലെയുണ്ടായിരുന്നു. അയാളുടെ എല്ലാ സന്തോഷവും നശിച്ചുപോയി. ജനങ്ങളെ ചവിട്ടിമെതിച്ചു വേണം നടക്കാൻ. കുട്ടികളുടെ കരച്ചിൽ ഉയർന്നു കേട്ടുകൊണ്ടിരുന്നു.

പുറത്തേക്കു വന്നപ്പോൾ ധാരാളം പൊലീസുകാരെ കണ്ടു. യാതൊരു പിരിമുറുക്കവും ഇല്ലാതെ, സർവസാധാരണമായി അവർ കാണ

പ്പെട്ടു. തട്ടിബോർഡുകളിൽ കറുത്ത മഷികൊണ്ടെഴുതിയ വാക്കുകൾ അയാളെ ഞെട്ടിച്ചു.

"നമ്മുടെ പ്രദേശത്ത് എത്തിച്ചേരുന്ന അഭയാർഥികൾ പുതിയ ബസ് സ്റ്റാന്റിനരികിലുള്ള ദുരിതാശ്വാസ ക്യാമ്പിൽചെന്ന് പേര് രജിസ്റ്റർ ചെയ്യണം. അഭയാർഥികൾ അപരിചിതർമൂലം കബളിപ്പിക്കപ്പെടരുതെന്നും അറിയിച്ചുകൊള്ളുന്നു."

അയാൾ തട്ടിയിലെ എഴുത്തിലേക്കുതന്നെ നോക്കിക്കൊണ്ടു നിന്നു. അഭയാർഥി എന്ന വാക്ക് അയാളെ കിടിലം കൊള്ളിച്ചു. താനിപ്പോൾ ഏതു ദേശക്കാരനാണ്? മൂന്നു ഭാഷകൾ അനായാസം സംസാരിക്കുന്നവൻ. സംസാരഭാഷവച്ച് ദേശം തിരിക്കുന്നു. ഇവർക്കൊക്കെ എന്താണ് പറ്റിയത്? അഭയാർഥി എന്ന വാക്കല്ലാതെ മറ്റൊരു വാക്കും ഇവർക്ക് കിട്ടിയില്ലേ? അല്ലെങ്കിൽ അതാണ് യോജിച്ച വാക്കെന്ന് മനസിലാക്കിയില്ലേ? അഭയാർഥി എന്ന വാക്ക് അയാളെ വേദനിപ്പിച്ചുകളഞ്ഞു. ഈ വാക്ക് എഴുതിയവൻ ആരായാലും കലിതീരുവോളം അവന്റെ മുഖത്ത് ഇടിക്കണമെന്ന് അയാൾക്കു തോന്നി.

പുതിയ ബസ് സ്റ്റാന്റിലേക്കുള്ളവഴി ബോർഡിൽ കുറിച്ചിരുന്നു. മറ്റൊരുവഴി അഭയാർഥി ക്യാമ്പിലേക്കെന്ന് അമ്പടയാളം കൊടുത്തിരുന്നു. അമ്പിന്റെ ലക്ഷ്യത്തിലേക്കു നടന്നു.

പലതരം മൃഗങ്ങളെ ഒറ്റ തൊഴുത്തിൽ അടച്ചതുപോലെയുണ്ടായിരുന്നു ഇടകലർന്ന ശബ്ദങ്ങൾ. ആരെയോ അനുസരിക്കുന്നതുപോലെ അവർ ഇരുന്നിരുന്നു. എല്ലാവരുടെ മുഖങ്ങളിലും തളർച്ച. കുട്ടികളുടെ കരച്ചിൽ. എല്ലാം നഷ്ടപ്പെട്ടവരെപ്പോലെയുണ്ടായിരുന്നു അവർ. ഒരു കമ്പിവേലി ഉണ്ടായിരുന്നു. അകത്ത് നീണ്ട ഷെഡ്. അതിനു ചുറ്റും പുതിയ തെങ്ങോലകൾ മെടഞ്ഞ് മറച്ചിരുന്നു. മുൾക്കമ്പികൾ ഒരുമിച്ചു ചേർത്തു കെട്ടിയതുപോലെ ജനങ്ങൾ കൂടിനിന്നിരുന്നു. യേശുദേവന്റെ തലയിൽ ചൂടിയ മുൾക്കിരീടംപോലെ കമ്പികൾക്കിടയിൽ അവരെ കാണപ്പെട്ടു.

വെങ്കട്ടയ്യ വേലിക്കരികിൽ പോയി നിന്നു. കമ്പിയുടെ മുന കവിളിൽ തട്ടി. മുൾവേലിയിൽ ചാരിക്കൊണ്ടു നിൽക്കണമെന്നു തോന്നി. ദേഹം മുഴുവൻ രക്തത്താൽ നനയണം. പ്രജ്ഞ നശിച്ച് കൈയിൽനിന്നും പെട്ടി വഴുതി വീഴണം. ഈ തൊഴുത്തിൽനിന്നും കേൾക്കുന്ന രോദനങ്ങൾക്കു മുന്നിൽ ഈ രക്തച്ചൊരിച്ചിൽ അഭികാമ്യമാണ്. ആരുടെയൊക്കെയോ കൈയിലകപ്പെട്ട് മരിക്കുന്നതിലും ഭേദം മുൾക്കമ്പികളിൽ ശരീരം കിടത്തുന്നതാണ്. സാവധാനം പ്രജ്ഞ നശിച്ചോളും.

തൊഴുത്തിൽ ഇരിക്കുന്നത് ആരാണ്? മഹേന്ദ്രനാണോ? അവന്റെ മുഖത്ത് മുൾക്കമ്പികൊണ്ടു കീറിയതുപോലെ രക്തച്ചാലുകൾ. തീരാവ്യാധി ദേഹത്തു ചുമന്നവരെപ്പോലെയുണ്ട് എല്ലാവരും. പലതരം ആയുധങ്ങൾകൊണ്ടു ആക്രമിക്കുമ്പോൾ അതിൽനിന്നും രക്ഷപ്പെട്ടവനെപ്പോലെയുണ്ടായിരുന്നു അവൻ. അവൻ എപ്പോഴാണ് താടിവയ്ക്കാൻ തുടങ്ങി

യത്? വർഷങ്ങളായി കരസ്പർശനംപോലും ഏൽക്കാതെ നീണ്ടു വളർന്നു കിടക്കുന്ന താടി. ഇത്രവേഗം ഇത്രയും വളർന്നോ? അൽപ്പം കൂടി വളർന്നാൽ തിരിച്ചറിയാൻ പ്രയാസമാണ്. വേലിക്കടുത്തേക്കു നീങ്ങി ആ മുഖം അന്വേഷിച്ചു.

പെട്ടെന്ന് ആ മുഖം മറഞ്ഞുപോയതുപോലെ തോന്നി. എന്നാൽ താടിയോടു കൂടിയ വേറെ മുഖങ്ങൾ പ്രത്യക്ഷപ്പെട്ടു. എല്ലാവരുടെയും താടിരോമങ്ങൾ ഒന്നുചേർത്തുകെട്ടിയിരുന്നു. അവർ അനങ്ങുമ്പോൾ അവർക്കുണ്ടാകുന്ന വേദന അവരുടെ മുഖത്ത് കാണാമായിരുന്നു. ഒരു നിമിഷംകൊണ്ട് അവരെ താഴേക്കു തള്ളിയിട്ടിട്ട് ആരോ ചിരിക്കുന്ന ശബ്ദം കേട്ടു. അവർ, താടിവടിക്കാൻ വേണ്ടിവരുന്ന ഒരാളെ കാത്തിരിക്കുകയാണെന്നു തോന്നി. അത് താനായിരിക്കുമോ എന്ന് വെങ്കട്ടയ്യ സംശയിച്ചു.

അയാൾ അടുത്തു വന്നുനിന്നപ്പോൾ പൊലീസുകാരനായിരിക്കുമെന്നു വിചാരിച്ചു. തലമുടി പറ്റേ ക്രോപ്പു ചെയ്തിരുന്നു. തടിച്ച കൈകൾ അയാളുടെ ആരോഗ്യം വിളിച്ചറിയിച്ചുകൊണ്ടിരുന്നു.

"ഇവിടെനിന്നും പോകുന്നയാളാണെങ്കിൽ അവരുടെ ക്യാമ്പ് വേറെ സ്ഥലത്താണ്. ഇത് പുറത്തുനിന്നും വന്നവർക്കുള്ള ക്യാമ്പാണ്. നിങ്ങൾ ഏത് അഭയാർഥിയാണ്?"

വേറെ വേറെ അഭയാർഥികൾ! വേറെ വേറെ ക്യാമ്പുകൾ! എവിടെ വേണമെങ്കിലും പേര് രജിസ്റ്റർ ചെയ്യാം. താൻ ആരാണെന്ന് തിരിച്ചറിഞ്ഞിട്ടുവേണം പേര് രജിസ്റ്റർ ചെയ്യാൻ. ഈ രണ്ടു ക്യാമ്പുകൾക്കും മധ്യേ നിൽക്കാനാവില്ലേ? താൻ ആരാണെന്ന് പറയാനും അറിയില്ല. പറഞ്ഞില്ലെങ്കിൽ ആരാണെന്നു ചോദിച്ച് പിടിച്ചുലച്ച് വല്ലതും ചെയ്തേക്കുമോ എന്നും തോന്നി.

വെങ്കട്ടയ്യ തന്റെ കൈയിലുള്ള പെട്ടിയിലേക്കു നോക്കി. മുകളിൽനിന്നും വീശിയെറിയപ്പെട്ട പെട്ടിതുറന്ന് അതിൽനിന്നും സാധനങ്ങൾ പുറത്തേക്കു ചിതറുന്നതുപോലെ താൻ നിലത്തേക്കു വീഴുന്നത് അയാൾ അറിഞ്ഞു.